du tử lê

Lục Bát Yêu Thương

du tử lê

Lục Bát Yêu Thương

NXB SỐNG

2015

Du Tử Lê - Lục Bát Yêu Thương

NXB SỐNG xuất bản tại Hoa Kỳ, 2015

Chủ biên: *Khánh Hòa*
Tranh Bìa: *Du Tử Lê*
"Gieo xuống ta hỡi ngọc" Việt Chương's Collection
Trình bày bìa: *Uyên Nguyên*
Layout: *Vũ Đình Trọng*

ISBN: 978-1-941848-14-2

Giá: 18.00 USD

Lục Bát Yêu Thương

Mục Lục

Lời nói đầu của nhà xuất bản.

Chúng tôi quyết định xuất bản Toàn Tập Lục Bát Du Tử Lê, với tựa đề: ***"Du Tử Lê, lục bát yêu thương"***, ngoài mục đích đánh dấu 60 năm lục bát của họ Lê còn vì lục bát là một mảng thơ quan trọng trong sự nghiệp 60 năm làm thơ của ông. Hơn thế nữa, đóng góp của nhà thơ Du Tử Lê ở lãnh vực Lục Bát đã được trong cũng như ngoài nước ghi nhận về nỗ lực cách tân thể thơ truyền thống này.

Cụ thể và tiêu biểu là ghi nhận của nhà phê bình văn học Nguyễn Hưng Quốc, trong tiểu luận *"Nghĩ Về Thơ"* do nhà Văn Nghệ, Hoa Kỳ, ấn hành năm 1989 có đoạn nguyên văn như sau:

"...Du Tử Lê rất tự giác trong việc cách tân thơ lục bát, đặc biệt ở khía cạnh nhạc điệu. Thơ ông có cách ngắt nhịp lạ. Thông thường, câu bát trong cách ngắt nhịp kiểu 2/2/2/2 hoặc 4/4, thỉnh thoảng là kiểu 3/3/2. Du Tử Lê thêm những cách ngắt nhịp mới, dường như chưa từng có trước ông. Ngắt nhịp theo kiểu 3/1/3/: *Cõi hoang mang / vội/ cõi thề thốt/quên*. Ngắt nhịp theo kiểu: 2/2/3/1: *Cõi con/muốn bỏ/ cõi chồng vợ/ xa*. (1) Đọc nhiều bài thơ khác nữa của Du Tử Lê, tôi thấy rõ ràng ông cố gắng khai thác đến tận cùng mọi khả năng ngắt nhịp để làm giàu có thêm nhạc điệu của thơ lục bát. Đóng góp của ông, về phương diện này không thể không công nhận.

"Về nội dung, bài thơ trên của Du Tử Lê là niềm đau thương cực độ. Lưu vong có nghĩa là tan nát hết. Lưu vong có nghĩa là tuyệt vọng hoàn toàn. Lưu vong có nghĩa là hư không tuyệt đối. Ngay trong những tình cảm riêng tư thân thiết nhất, theo bước chân bềnh bồng của người xa xứ, cũng rã rời: 'Cõi đời đó, có chi đâu!'..."

(Nguyễn Hưng Quốc, "Nghĩ Về Thơ", Tr. 138, Văn Nghệ, Cali., XB 1989.)

oOo

Trong nước năm 1997 nhà xuất bản Đồng Nai khi xuất bản tuyển tập *"Lục Bát Tình - 501 Tác giả"*, năm 1997, là thời điểm tên tuổi nhà thơ Du Tử Lê vẫn còn *"dị ứng"* với nhà nước; vậy mà ngay trong bài *"Thay Lời Tựa"* tuyển tập này cũng đã ghi nhận:

"...Có người lại đi tìm sự cách tân về hình thức. Du Tử Lê là một ví dụ:

"mai - tôi lìa bỏ - chốn này (1-3-2)
em ngoan ghế cũ - lá đầy nhớ - quên" (4-3-1)
" mai - tôi môi mọt - ưu phiền (1-3-2)
Thương em phố chợ - tay biền biệt xa" (4-4) (2)
(Trần Hữu Dũng, trích Lời nhà XB tuyển tập
"Lục Bát Tình…" Tr. 5)

Hơn thế nữa trong bài nói chuyện *"Lục bát và những đóng góp của Du Tử Lê"* tại Đại học Luật khoa George Mason, Hoa Thịnh Đốn ngày 17 tháng 9 năm 1993, nhà văn Bùi Bảo Trúc không chỉ phân tích một cách chi tiết nỗ lực ngắt lại nhịp đi của lục bát của Du Tử Lê mà theo ông, họ Lê còn đi xa hơn khi đề cập tới chủ tâm loại bỏ hẳn âm trắc bắt buộc ở câu sáu nữa.

Chúng ta đều biết chữ thứ tư của câu lục, theo âm luật cũ bắt buộc phải là âm trắc. Thí dụ: "Trăm năm trong cõi người ta (Nguyễn Du). (Cõi, chữ thứ tư, bắt buộc phải là âm trắc). Hay: "Nắng chia nửa bãi chiều rồi (Huy Cận) (bãi, chữ thứ tư, bắt buộc phải là âm trắc).

Nhưng Du Tử Lê đã làm thêm một cuộc cách tân khác nữa, khi loại bỏ hẳn âm trắc bắt buộc ở chữ thứ tư, hoặc tất cả mọi âm trắc ở câu sáu.

Họ Bùi đưa dẫn chứng:

"...Thí dụ những bài thơ mà người ta được đọc trên tờ Thế Kỷ 21 cách đây hai số. Trên tờ Văn số mới nhất, số tháng 10 năm 1992, người ta được đọc bài thơ này:

ngày tôi ngày tôi băng ngàn
trí khô hốc đá thân lành mũi dao
đèn khuya đèn khuya âm hao
ngón tay vọng cổ góc rào xàng xê
chiều lên chiều lên tù mù
vàng tâm cổ thụ lá khu trục cành
lon bia lon bia chia buồn
nhớ, quên, một lũ chết bầm tương tranh
con sông con sông lâm bồn
chim bay rừng thất thân cùng hoang vu
đêm lui đêm lui chân về
sầu lên cao ốc xe chờ "pạc kinh"./.

"Người đọc thấy gì ở những câu lục bát này? Vần trắc bị đẩy hẳn ra ngoài phạm vi của câu 6.

"Làm vậy để làm gì?

"Tất cả những tiếng trong câu 6 đều là vần bằng. Xúc động không còn nữa. Chỉ còn nỗi mệt mỏi, rã rời. Chỉ còn sự nhàm chán của những âm không dấu hoặc dấu huyền để đi xuống cuối câu. Tình cảm mất hết sự sôi động ở trong, nỗi chán trường được đưa xuống tận đáy sâu thấp nhất.

"Nỗ lực cách tân về âm luật lục bát tình cờ đem lại cho tác giả một cách diễn tả tình cảm rất mới. Hay chuyến đi tìm một cách diễn đạt tình cảm mới đã đưa tới cách tân về âm luật?

"Câu trả lời như thế nào không quan trọng ở đây nữa. Đáng kể là khám phá mới của ông.

"Nghệ sĩ phải luôn luôn làm mới con người của mình, làm mới nghệ thuật của mình. Du Tử Lê đã làm công việc đó…"

(Bùi Bảo Trúc, trích *"Lục bát và những đóng góp của Du Tử Lê"*, Tạp chí Thế Kỷ 21, Hoa Kỳ, số 44, tháng 12-1993).

oOo

Ngoài ra, trong buổi giới thiệu Tuyển tập "Thơ, văn, nhạc, họa - - Tôi Với Người, Chung Một Trái Tim", (3) ngày 29 tháng 8 – 2014, tại phòng hội Nhật báo Người Việt, Nam California, khi được mời phát biểu, thi sĩ Trần Dạ Từ đã đọc bài lục bát nhan đề *"Tôi trôi theo tôi con sông"*, là một trong những bài thơ của họ Lê mà ông thuộc lòng:

...tôi đi xuyên qua đời sau,
thấy em kim, chỉ chờ nhau, mỏi mòn.
tôi đi trở ngược thời gian,
thấy em bé xíu. thuở còn... ngậm ti.
tôi đi xuyên qua giấc mơ,
thấy ồ! sáu chữ cũng vừa... bảy mươi!
tôi đi xuyên qua cuộc đời
thấy như lục bát thôi nôi từng dòng.
...
tôi trôi theo tôi-con-sông./.

Trước đó, thi sĩ Trần Dạ Từ cũng phân biệt hai lớp thi sĩ. Lớp thi sĩ của một thời kỳ. Họ sẽ được nhớ đến khi giai đoạn mà họ hiện diện được nhắc tới. Và thi sĩ của mọi thời kỳ. Là lớp thi sĩ mà thời kỳ hay giai đoạn nào cũng có sự hiện diện rực rỡ của họ. Tác giả *"Người đi qua đời tôi"* đã xếp nhà thơ Du Tử Lê vào lớp thi sĩ của mọi thời kỳ. "Vì, ông có 60 năm làm thơ toàn thời gian. Và ở thời điểm nào họ Lê cũng cho thấy phần đóng góp tích cực, đáng kể của mình".

oOo

Lại nữa, chúng tôi cũng thấy nên ghi nhận thêm ở đây rằng, nhà thơ Du Tử Lê từ nhiều chục năm trước đã chủ trương ra khỏi bài lục

bát của mình bằng câu sáu... Hàm ý mời người
đọc ông, nếu nhã hứng có thể tham dự trực tiếp
vào bài thơ với câu tám còn bỏ ngỏ...

Tóm lại, với chúng tôi nhà thơ Du Tử Lê
không chỉ là nhà thơ của mọi thời kỳ, (theo cách
nói của thi sĩ Trần Dạ Từ), mà ông còn là nhà thơ
của mọi thể loại thơ. Trong số đó quan trọng,
đáng kể nhất với chúng tôi chính là lục bát vậy.

Và, thể theo lời yêu cầu của tác giả (vì đây
là tuyển tập thơ Lục Bát, chứ không phải là tiểu
thuyết, hồi ký hay ký sự, phóng sự...) nên chúng
tôi dám mong, nếu được xin quý độc giả, mỗi lần
đọc, chỉ nên đọc tối đa dăm ba bài mà thôi...
Trân trọng,
NXB Sống.
(Mar. 2015)

*(1) 4 câu thơ này, ông Nguyễn Hưng Quốc trích
từ bài "Cõi tôi".*

*(2) 4 câu thơ này, ông Trần Hữu Dũng trích từ
bài "Còn tê vết người"*

*(3) Tuyển tập "Tôi với người, chung một trái
tim" do nhà XB Sống, Hoa Kỳ, ấn hành 2014.*

Lục Bát Yêu Thương

Thôi.

thôi đời cũng thế mà thôi
trăm năm phận mỏng còn muôn kiếp sau
người đi qua mấy bến sầu
thân tôi cát bụi còn đau dấu hài
thôi người đã thế đành thôi
trăm năm manh áo khép đời điêu linh.

1955.

Điểm trang.

mấy khơi sầu vỗ biển xanh
đá mòn nước chảy còn quanh bãi trời
một mùa trôi - một mùa trôi
điểm trang chưa trót đời người đã hoang.

Từ thần thoại.

theo em về cõi hư vô
một thân cát bụi đợi chờ nghìn sau
em còn phơi áo thiên thâu
gọi trăng thần thoại soi sầu tiền căn
theo em về chốn mộ phần
cuộn tròn giấc ngủ thiên thần đau thương

hồn tôi bay nẻo gió buồn
dấu chân hoang sử cội nguồn cô đơn.

Cuối cùng, 1

thôi anh chim nhỏ từ ngàn
dấu chân du tử in hoang bãi ghềnh
mỗi lần đi một lênh đênh
hành trang hiu quạnh buồn tênh ngõ về.

Hoài cổ.

dấu sương biển cát chim về
nghìn năm cánh vỗ bốn bề hư không
điêu tàn chi nữa thanh âm
nghe xa phượng vũ nghe gần... gió bay.

Trần gian.

cũng từ đó - cũng từ đây
rèm mi khép xuống chia tay ngọt bùi
muộn saol giấc ngủ tuyệt vời
thôi làm chi được - khi đời gọi tên
cũng vào nhớ - cũng vào quên
trăm năm nấm đất ngủ yên phận mình.

1957.

Tôi.

tay nghêu ngao níu cuộc đời
đôi chân mười ngón móng dài héo thâm
so vai nhăn áo xô quần
mắt nâu tóc rậm môi câm tiếng cười.

1960.

Hiện tại.

tìm nhau giữa phố thị này
với chân dĩ vãng với tay chai
mòn
với năm tháng chảy trong hồn
đìu hiu thế sự bão cồn lương
tri.

1959.

Cường ca lênh đênh.

chân tay ngó xuống buồn teo
hồn lên cao mỏi chìm theo chán chường
giang hồ rũ bụi soi gương
mặt này trơ mặt mắt cuồng lênh đênh

1958.

Tâm hồn.

bỗng dưng thương nhớ đi về
bỗng dưng tức tưởi ê chề kéo qua
bỗng dưng trống trải bao la
bỗng dưng khinh bạc điêu ngoa chạy dài.

Du ca.

1.

bàn tay bỏ lạnh hiên ngoài
cái đêm trở giấc giọt dài mưa bay
hồn lênh đênh bến lưu đày
thưa cây nhạt bóng phơi bày quạnh hiu
lỡ tan hoang, mộng đáy chiều
tiếc thân rong biển phiêu lưu nghìn trùng

Lục Bát
Yêu Thương

2.

và trăm giọt cũng một lời
tàn cây úa bóng tuổi trời hoang vu
khi thân du tử sa mù
đôi tay tục lụy hư vô mảnh hồn
sóng nương vai ngủ cát cồn
bọt rêu tâm sự mái buồn thiu thiu
nghìn khuya nêm những khổ đau
trong cơn rét buốt ngọn triều ra khơi.

1956.

Trầm ca tháng giêng.

xin em hái nụ hoa này
bằng tay nước mắt, bằng tay sương mù
xin em hong tóc mùa thu
nửa vai thương nhớ trầm tư phím cầm
xin em dịu nhẹ tiếng thầm
một đêm nức nở còn lầm than sâu
xin em nương giấc ưu sầu
cho trăm con gió bắc cầu nhau đi

xin em lệ biếc nhu mì
một con bướm nhỏ biết gì yêu đương
xin em áo trắng sân trường
cho tôi cắp sách đứng đường đợi em
xin em đôi cánh tay mềm
một bên nắng... dắt, một bên mưa... dìu.

1962.

Cuối cùng, 2

về đây lũng thẳm cây ngàn
bờ lau xiêu bạt góc rừng lún chân
lênh đênh một chuyến xe hồn
lánh xa phố chợ xích gần cỏ hoang.

1961.

Lục Bát
Yêu Thương

Cầm bằng.

cầm bằng bãi gió mây qua
đôi chân nhỏ dại lỡ sa vào đời
cầm bằng nước mắt trôi xuôi
tiếng đâu thê thảm ru dài không gian.

Khai hội.

tay em vẫy gió bốn mùa
nắng khoang mắt mộng thuyền vừa ngủ yên
con chim bỏ cõi ưu phiền
theo mưa theo gió về miền cỏ hoa
thôi em chừng đó thiết tha
đủ ru kỷ niệm, đủ xa buồn rầu.

Tuyệt vời.

cao hơn phép thánh nhiệm màu
dịu hơn tiếng hát trên lầu sớm nay
ngoan hơn tay vịn bàn tay
ngọt hơn má mịn hương khuây vẩn tình
dễ thương hơn chuyện chúng mình
chứa chan hơn cả trăm nghìn chứa chan
mê man hơn chuyện đá vàng
nhẹ như tơ mượt như hàng áo em

1956.

3 Đoản Khúc Ngựa Hoang

1.

bây giờ con cũng điêu linh
lối xưa vùi dập bãi mòn xương phơi
máu ngang tầm hái tay người
lệ se từng bước ngậm ngùi nẻo trông
bây giờ củi chở đầy sông
kinh hoàng đẫy giấc bập bùng lửa reo

2.

sóng chân ba móng chia trời
đêm nghiêng vách đá giọng cười đáy sâu

3.

lênh đênh lớp gió đi về
bặt âm tiếng nhạc mù mù bóng hoang
thôi qua dặm ấy miền trường
nghe xa tiếng gọi lời không vọng ngàn

đấy em! Ngựa đã tan đàn
chúng ta càng lớn khôn càng chia xa

1964.

Từ ngã bảy.

tay cương tôi dỗ ngựa trời
vết thương này đã chín muồi ăn năn
chiếu chăn thôi cũng lạnh dần
đêm sương Ngã Bảy đón thân ngựa về
ván cây bụi phủ ê hề
tôi nghe tôi thở não nề dưới hiên.

Tham lam.

khi thân thế đã nhọc nhằn
khi linh hồn sớm cỗi cần nhớ nhung
khi đau thương đổ xuống rừng
khi em chim nhỏ qua trùng ấu thơ
khi tôi nặng gánh mây mù
trái yêu đương mãi đánh lừa môi tham
em còn lớn dậy kiêu sang
chỉ cho tôi kiếm mộng vàng xa xưa
công tôi mấy thuở đợi chờ
mà em trả lại tôi bờ cát hoang.

Chương Dương

mình về phố ấy ấm êm
tôi lêu lổng suốt nghìn đêm bạn bè
mình về phố ấy hiền chẹ
mẹ chăm giấc ngủ vỗ về nỗi con
mình về phố ấy ven sông
bán buôn chiều chợ gánh gồng tình yêu
mình về phố ấy khẳng khiu
nhánh cây thương tích đìu hiu ngỡ người
mình về phố ấy chia phôi
tay chân gỗ đá tôi ngồi phân vân
mình về phố ấy ăn năn
tôi lặn lội với áo cơm khốn cùng
mình về phố ấy chiếu chăn
tôi thanh niên lớn lên cùng chiến tranh
mình về phố ấy tìm anh
tôi xa mẹ mất cha thành lêu đêu

Nỗi Tôi.

từ tôi mở mắt làm người
tay chân dã thú đứng ngồi bơ vơ
từ tôi trí óc dại khờ
ôm con mộng lớn xuống bờ vực nuôi
từ tôi tất tưởi vào đời
tóc năm sợi chẻ thành mười ngọn gươm
từ tôi ngỏ ý yêu thương
ba năm phố chợ đầu đường ngửa tay
từ tôi vào cuộc lưu đày
áo cơm chiu chắt từng ngày lang thang
từ tôi lạc nẻo thiên đàng
gia đình hắt hủi - anh em lạnh lùng
từ tôi dã thú lìa rừng
ngó trân nhân thế hú khan từng hồi.

Ngựa Ca.

1.

giọt ngủ trong giọt ngủ ngoài
yêu em con phố vỗ dài tiếng xe
chiêm bao tay lạnh ngỡ về
cây nghiêng dốc bãi lá che tượng gù
yêu em mấy đủ đền bù
ôm con bóng mẹ tù mù góc hiên

2.

ngựa về buồn bã bao đêm
giây cương đã dứt ưu phiền chưa khuây
ngựa về nước kiệu trên tay
khói un Ngã Bảy tình bay đỉnh trời
ngựa về đêm đã hồ lơi
nghe anh thương nó một đời lêu đêu

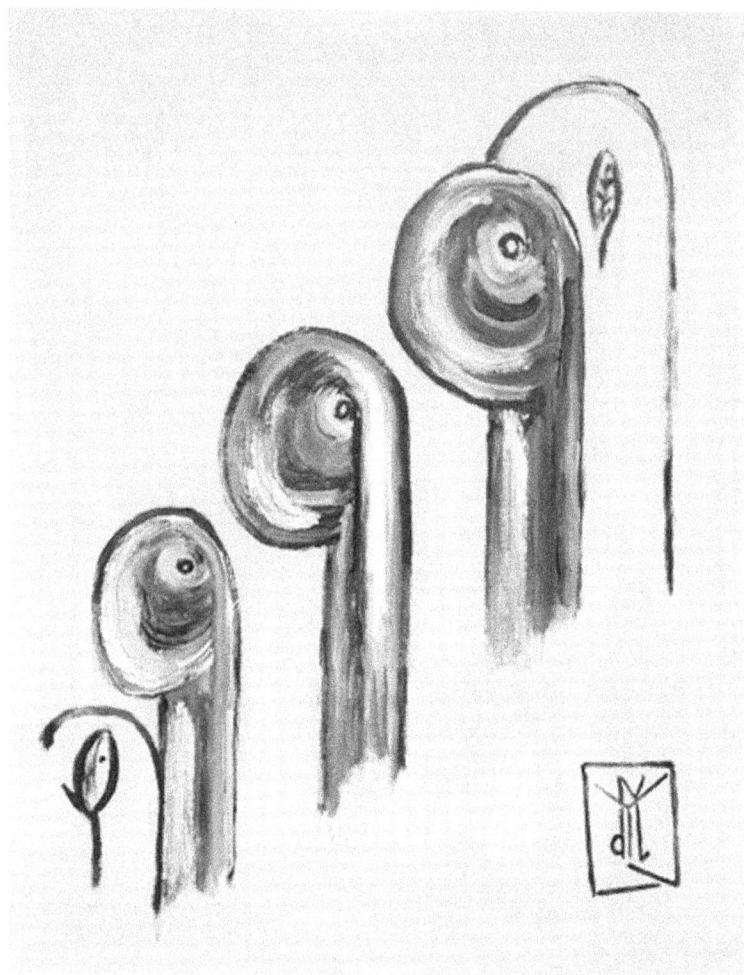

Tôi Lê. Lê. Lê. Lê nào?
(Du Tử Lê. Oil Painting. Size 18"x 24")

Cây cao bóng xấp mặt người

nằm xa mơ ngựa xuống đèo
dốc xuôi về phố sầu leo bậc hồn
xe qua mắt đọng hai hàng
cây cong cành mục dây dòng điện đi
mái cao ngói chật thầm thì
rêu ngon đá cổ hạn`ky chung thân
hồn nào đứng đó phân vân
thông chia trăm sợi buồn luân phiên đời
cây cao bóng xấp mặt người
đáy sâu rụng chín sắc trời ảo hư

1963

Bài Quy Nhơn, 1

bụi in phố đỏ mặt lầm
ngày co bóng núi chiều dầm mưa quanh
nghiêng vai thị trấn thu mình
chân đi tiếng động tội tình tạt ngang
đèn mù đứng bóng sương tan
những thân nô lệ áo cơm từng giờ
rượu ai mời suốt đêm hờ
nâng ly nước mắt cạn chờ súng xa...
ngựa về trăm ngả tha ma
ngày muôn tiếng gọi người qua cửa trùng
đạn nào rít mãi đêm sương
tiễn đưa ai nhỉ một vuông khăn này?

Bài Quy Nhơn, 2

cây trưa nắng chậm chân người
lưng cong mũ ngả tiếng mời lên xe
dốc cao theo gió lên đèo
quán hiu hắt tạnh tay che ngọn buồn
mắt mưa xin chảy chung giòng
môi xa xót ghé xin cùng thở than
chói chan ngày cũ điêu tàn
máu tôi đang chảy xin đừng bắt ngưng
trưa cây chậm nắng chân rừng
trái tim tôi thở trên từng đỉnh cao
biển tôi bồi cát nghẹn ngào
sông muôn năm vỗ lời chào muôn năm...

Cái Rơi.

tôi đi, ngựa đó, đường người
cái mưa che mỏng cảnh đời khuất sau

vó rời rã gõ canh thâu
qua ô cửa cũ sầu mau tay mời
người về chín ngã mưa rơi
cái đêm quấn quýt những lời chia tan

ngựa đi, theo cái vội vàng
tôi đi, hồn ngó, muộn màng không đi

hiên nghiêng mái ướt thầm thì
bóng cây ngã xuống nói gì với em

mặt mình ngắm mãi chưa quen
cảnh tôi suồng sã nhá nhem hình người

cái về chậm với cái rơi
tôi dang chân đứng, ngựa ngồi nghe mưa

1967

Tư thù.

tôi heo may nổi từng giờ
mưa trên trán đá bệ thờ chân em
chưa ôm lòng đã nghe mềm
tay dang rộng nỗi mê thèm truy hoan
chim tha ngày động về ngàn
năm năm nhóm lửa đêm vàng âm mưu
yêu em cùng khối oan cừu
lời phai tình đứng đợi chiều xuống tay
vết thương trong mắt thù này
chiếc thân ngó lại những bày xương khô.

Mộng xế.

khi không buồn lả ngọn này
trên cây thánh giá tôi bày tình tôi
lá bay vạt rủ bóng người
lau thưa cỏ dạt góc đời thoắt ra
thương em mộng xế trăm mùa
tôi ngang nước tốt sang hà lập thân
bến xa cờ cuối nẻo còn
chông chênh cánh gió sạt mòn bãi sông
yên đi con ngựa cuối cùng
qua truông nước lũ em lòng tạnh nguôi
khi không buồn thắt nụ cười
tôi thương hồ vốn một đời lênh đênh.

Với những cây me đường T.Q.C.

tiếng cười thét đã quen âm
dãy me đôi phố vàng thâm máu người
khi buồn, lúc nhớ, khi vui
khi đau, lúc tủi, đứng ngồi hoang mang
cây tôi mộng sớm ra ràng
lá tôi thoắt đã bay dàn sân mưa
nắng mềm thoắt ngủ hè trưa
thèm ai cất giọng hò đưa đẩy đời
xe qua, máy nổ, khói nhồi
em đi tiếng dội từng hồi dối gian
dây thưa điện nối dăm hàng
cây me thu bóng muộn màng ngó theo
gác cao ai đứng ơ hờ
ngực trần áo mỏng tôi vờ quay đi...

Đêm nghe vọng rõ tiếng người

áo cơm tôi sớm ra nghề
máu xương cũng... đổi kể gì tương lai
đêm nghe vọng rõ tiếng người
gọi tên tôi giọng bồi hồi như... ma.

Những bài Địa Phủ

1.

mưa tôi tạnh mái hiên người
cái giun cái dế ngậm ngùi đưa tin
cây thu tàn đợi im lìm
ngựa ai qua đó mà ghìm giây cương
kim em chỉ đã lệch đường
vuông khăn phủ mặt tôi còn gượng vui
đêm tôi lạnh ngọt giấc người
cái sương cái gió sụt sùi tiếng than
em ngoan miệng hứa lời vàng
tôi đi chữ bát chân quàng chân xiêu

chim thiên di vỗ cánh chiều
tim tôi cỏ đã xanh, nhiều nguôi ngoai
lệ tôi chảy mát môi người
vang âm não bạt như lời gọi đi
cái quên cái nhớ chưa về
cái thương cái tủi đã kể cái... xa

2.

vóc tôi đây cũng như người
cũng chân tay cũng nói cười huênh hoang
tôi mang đời sống thú rừng
trong cơn tình dục tôi thèm thịt da
bóng tôi in giữa trời mù
hồn về địa phủ, lưng gù trên không
tôi ngu ngơ tượng đá trồng
nhánh sông hạnh phúc chảy buồn kẽ chân
tôi như kẻ sống mãn phần
thấy xa đồng loại thấy gần nắm cơm
thịt xương mùi đã tanh nồng
nghe ai toan tính bỏ chồng... bỏ con

vóc tôi đây vóc võ vàng
khi yên mồ mả xin đừng bốc đi

3.

nay xa lẳng lặng nay xa
cái đi rời rạc cái qua rạc rời
cái về đỗ lại cái môi
xương khô xác lạnh tóc dài huyệt sâu
đầm đầm vết máu se mau
đớn đau như thể đớn đau chưa từng
bốn năm em những lạnh lùng
trên cây trí tưởng tôi trùng tu quên
tình nào em gối tay đêm
thịt da ai ấm cho mềm lòng tôi
dưới hiên cái dế thở dài
thương tôi vất vưởng bóng vùi sương tan
em cay nghiệt giết mộng vàng
tôi sau khi chết hiện hồn báo oan

4.

khuya tôi từ ngọn trời này
hồn bay lên đỉnh em đầy mây son
ôm em lạnh hắt hiu dồn
nước đi thư thả cây-màn-cửa sông
đeo tôi trăm giọt nến hồng
giọt rơi trên ván giọt quàn quanh thân
trôi tôi từ cánh âm thầm
cái dơi thôi ngủ treo bẩm tiếng than
ngục đời cửa mở muôn năm
ru tôi thánh thót nhân gian lệ nguồn.

Sinh nhật, 12

tặng em tháng thiếu năm còn
nỗi vui hiếm muộn cảnh buồn vây quanh
tặng em tháng lạnh mưa dồn
tình thêm hao hụt mộng còn như gương
tặng em giá rét em thèm
bông hoa sớm, đỏ nỗi phiền muộn, xanh

tặng em... cay đắng - đã đành
với chua xót nữa, làm thành tình đau
tặng em một khối hồn nhàu
đêm chia bóng chịu, ngày lao đao ngày
tặng em sinh nhật mới này
nến đau đớn thắp lên đầy cuộc vui.

Từ ngày 25 Tháng 3 (*)

hôn em một nụ hôn dài
sáu năm hơi thở còn bùi ngùi đau

hôn em, một nụ hôn nhàu
con chim nho nhỏ nghiêng đầu làm duyên

hôn em, một nụ hôn hiền
lắng sâu trong mắt nỗi phiền muộn xưa

hôn em một nụ hôn vừa
như trăm con bướm về thưa rừng vàng

hôn em một nụ hoang đàng
sông đi nước lớn biển hoàn lương, vui

hôn em một nụ chôn vùi
sáu năm qua đó một lời yêu em

(*) Khang Thụy soạn thành ca khúc.

Mưa, hình dung H.T

cuối cùng, đời xuống mênh mông
hồn đi thu bãi, lòng không, tiếp trời

cuối cùng chia đủ trăm nơi
lá quơ hạt tẻ, cây ngùi, cắt ngang

cuối cùng, người giữa đêm ngoan
hôn tay - ai - lạ, ngó sang bóng, lầm?

cuối cùng, tôi vẫn mưa luôn
trên trang sách mở, biết gần gũi ai?

cuối cùng, người bước qua tôi
gót chân móng nhọn xẻ đôi đời dòn.

Ở Pleiku, nhớ Saigon.

chút vui thoáng đó ngậm ngùi
chiều trên phố lạnh nhớ hơi hướm người

buồn đan ghế cũ tôi ngồi
mênh mang rừng thấp, xa người núi cao

hồn treo từng lá thì thào
gió đi, tôi động, lòng rào rạt, xưa

tưởng người đứng cuối cơn mưa
nhớ tôi khăn lụa cũng vừa vắt ngang

trong tôi cây cũng hai hàng
(giống như tôi sớm úa vàng lá vui)

sầu người kéo bước tôi lui
ngày trên núi gửi về xuôi mắt, rừng.

Trong trí tưởng Huế.

khi về hồn lụn bấc khêu
những chân cỏ sớm vàng rêu áo người

nhang tôi thắp nén đưa đời
phố rưng rưng cũ, thềm nguôi nguôi, thềm

dấu chim trên phiến tượng buồn
thành cau vết cứa, vạt sương lá ngoài

tưởng người sau mỗi cơn vui
khuya hiên áo cởi vẫn đôi giày, còn

tìm người mưa cũng sang luôn
tóc thưa gió tạt hồn ngang vách nằm

chiếu che giường mọt, bóng thầm
ngó ra ly tách chia phần bàn, lu

góc đời bụi phủ ơn xưa
ngỡ bầy dơi động hàng mù u tôi

chưa gần nghe đã xa xôi
những chân cỏ sớm vàng thôi, áo người

Những ngày ở xa lộ.

ở đây lắng xuống muộn, phiền
chuyến xe buýt nọ - ngọn đèn đỏ kia

ở đây giường bụi, chiếu lìa
da khô bọc mỏng, xương kẻ ván cong

ở đây hơi thở muốn chùng
theo mưa mắt, tối, sáng mừng trôi, nhanh

ở đây người đã cam đành
sống mau cho cạn, chết còn sớm tan

ở đây nhát chém êm đềm
xác treo lơ lửng hồn bềnh bồng, xuôi

ở đây tôi có riêng đời
có tôi quên: khóc. nhớ: cười. đứng. đi

ở đây tôi có người về
như đang sống lại, để chờ tai ương.

ở đây, người có thiên đường
có ngôi mộ nhỏ, có hồn vấn vương
có đau đớn khắc trên tường
có tôi đã gửi thịt xương sang người.

Bài Cuối, 66

tôi lêu lổng suốt canh khuya
quanh co rồi cũng xe về dưới hiên
nâng then, tay mở cánh phiền
chân lơi thềm bước, rơi mềm ván cây
đèn mù, dơi ngủ, mái tây
rã rời, hơi thở tôi bay đầy phòng
thế thời này đến đi buôn
đời bôn tẩu đã quen thân, ngựa thồ

phố cao, gió thổi, bóng mờ
đêm lu, trời lặng, tôi gù lưng, đi
đấy em, lòng rất thiệt thà
ước mong cũng nhỏ như là phận con
giường cây, ván lạnh đêm bưng
kéo chăn, co gối, phủ chân thừa, ngoài
cho muỗi giấc, một khuya thôi
sáng ra mối đã đùn, vùi tuổi ta.

Lúc con về.

con về tầm tã cơn mưa
thấy chăng hồn mẹ đã thưa lá cành
thấp cao những bước gập ghềnh
mẹ con mắt đã lệ đanh tròng vàng
đâu đây tiếng dội bàng hoàng
con, nơi nào đó có dòng sông quanh

Lục Bát
Yêu Thương

con về rực rỡ đêm thanh
mẹ quơ tay bắt bóng mình rúm co
hiên mơ, rách, tạt gió lùa
mái thơ ngây cũng dột, dò sương, khuya
thương cha mẹ, con chớ về
hãy rong chơi giữa bốn bề hư không.

71

Tưởng tượng tôi. (*)

người về quên ngắt hoa theo
những bông thắm, đỏ, tím theo chiều, tàn

người về quên bậc thang, lên
phố xa, dưới thấp, buồn men vách, tường

người về quên cỏ quên sương
cỏ chia tay gọi sương ngần ngại, rơi

người về quên núi sông, tôi
sông muôn năm đợi, núi côi cút, chờ

người về quên trả cho mưa
tình hong khô nắng, gối vừa đủ, êm

người về quên trả cho đêm
trái tim chưa tạnh mắt thèm chưa nguôi

người về quên trả cho tôi
áo phơi dây lạnh, còn hơi hướm, nồng

người về, phải thế hay không?

(*) Khang Thụy soạn thành ca khúc.

Thơ của Thuận An.

- gửi MT.

về thôi phố đã lạnh đèn
cây che mặt đứng mù lên hiên thầm
về thôi sóng đã xuống cồn
bãi mênh mông một nỗi bồn chồn, xanh
về thôi mưa đã bập bềnh
gió luân lưu chuyển mối tình khôn vui
về thôi ngày đã đủ rồi
nỗi - đau - xé - sợi miệng cười - ráo - khô
về thôi đêm đẫm tư thù
nhát dao u uẩn chém nhàu đời nhau

về thôi buồn đủ gối đầu
tay thơm ấp mặt tóc sầu vắt ngang
về thôi biển đã an phần
nhân gian xa, sự chết gần gũi ta
về thôi nỗi nhớ lập lòa
núi chia cô quạnh, dốc đà chia vui
về thôi người đã cuối trời
đất thu da thịt, nước hồi máu, xương
về thôi hồn đã lên đường
bóng hiu hắt bỏ lại phương dập vùi
về thôi mộng đã ngậm ngùi
vết thương rách miệng, mặt đời lấm lem
về thôi trăng ngủ dưới triền
sóng lao xao dội tự miền tịnh yên.

Thư ngỏ, gửi yêu dấu.

cách gì tôi nhủ tôi quên
trên tay mối chỉ, trong lòng dấu kim
tường còn bốn vách ghi tin
chiếu chăn bụi phủ chút duyên đẫm thù
lược gương một góc bàn, mù
vắng em vóc ốm ngồi thu nhục nhằn

cách gì tôi nhủ tôi quên
năm ba mươi tuổi người uyên áo về
tóc rừng mắt núi u mê
giọng nương suối nhỏ, tiếng nghe chim bầy
trong tôi lửa ngọn ơn dày
hóa thân tôi với tình đầy nghĩa sâu
ngày nhuận tháng lũ năm mau
cơn vui xối xả niềm đau cũng tràn

cách gì tôi nhủ tôi quên
vết thâm trong tủy, dấu bầm trên xương
môi hôn dù lạnh lá thầm
sông vui dù tạnh nước nguồn, bãi khô
dễ gì nhạt, dễ gì lu
cây chia mấy lối tình ru mấy miền

cách gì tôi nhủ tôi quên
thịt da nhớ máu, mùi quen trong hồn
mưa đi còn kéo theo nguồn
mái thưa tôn dột cửa buồng khóa nghiêm
bếp thèm chút lửa nhen lên
khăn treo chờ mặt, lịch nguyên đợi ngày
ôi em, yêu dấu đọa đày
chết thiêng sống dại về vầy đời, ta.

Kiếp sau, xin giữ lại đời cho nhau. (*)

ơn em thơ dại từ trời
theo ta xuống biển vớt đời ta trôi
ơn em, dáng mỏng mưa vời
theo ta lên núi về đồi yêu thương
ơn em, ngực ngải môi trầm
cho ta cỏ mặn trăm lần lá ngoan
ơn em, hơi thoảng chỗ nằm
dấu quanh quẩn dấu nỗi buồn một nơi
ơn em, hồn sớm ngậm ngùi
kiếp sau xin giữ lại đời cho nhau

(*) Phạm Duy, Từ Công Phụng soạn thành ca khúc.

Tiền thân.

tiền thân tôi ở cõi nào?
tiếng kêu lay lắt dạt dào lời thưa
bóng ngồi cuối dốc nghe mưa
trên không cánh vạc bỗng ngơ ngác, nhìn

tiền thân tôi dạt mấy miền?
mấy trăm sông lạnh mấy nghìn biển xanh
mấy đời cỏ, mấy dòng chim?
mấy đau đớn cũ, mấy phiền não, xưa?

hôm nay tôi bỗng nghi ngờ
tiền thân tôi phải bóng cờ trong sương?

Khi trông thư thụy châu

cũng đành người đã quên tôi
con chim nào cũng một đời kêu than
cây phong đã đỏ lá vàng
quán sâu tôi quấn khăn quàng đợi đêm
phải người quá nhẹ chân êm ?
tôi nghe như thể gió vin cửa ngoài

cũng đành người đã ham vui
núi non nào cũng một đời cô đơn
tuyết trên mái cổ nghiêng hồn
dưới chân cổ tượng cũng bồn chồn theo
xe không nào sẽ qua đèo
đêm nay chắc lá lại nhiều chiếc rơi

cũng may tôi có một đời
để đau, để khổ, để ngồi trông thư

Dinfos 11-69

Lục Bát Yêu Thương

Cõi tôi

và Nguyên Sa

cõi tôi, cõi nát, cõi tàn
cõi hoang mang, vội, cõi bàng hoàng, qua
cõi vui thân thể cỗi già
cõi lang thang mượn mái nhà hư, không
cõi xanh, cõi lạnh, cõi cùng
cõi con, muốn bỏ, cõi chồng, vợ, xa
cõi em muốn dạt chân về
cõi đau nhân thế, cõi thề thốt, quên
cõi nào, cõi thật ? tôi riêng ?
cõi đêm máu, chảy, cõi thương nhớ, trùng
cõi tôi, cõi mịt, cõi mùng
thôi em có ghé xin đừng nghỉ, lâu
cõi đời đó, có chi đâu!

1-1977

Đêm, nhớ trăng Saigon. (*)

- gửi Trần Cao Lĩnh

đêm về theo vết xe lăn
tôi trăng viễn xứ hồn thanh niên vàng
tìm tôi đèn thắp hai hàng
lạc nhau cuối phố sương quàng cổ cây
ngỡ hồn tu xứ mưa bay
tôi chiêng trống gọi mỗi ngày mỗi xa

đêm về theo bánh xe qua
nhớ tôi Xa Lộ nhớ nhà Hàng Xanh
nhớ em kim chỉ khíu tình
trưa ngoan lớp học chiều lành khóm tre
nhớ mưa buồn khắp Thị Nghè
nắng Trương Minh Giảng lá hè Tự Do
nhớ nghĩa trang quê bạn bè
nhớ pho tượng lính buồn se bụi đường
đêm về theo vết xe lăn
tôi trăng viễn xứ, sầu em bến nào?

1978

(*) *Phạm Đình Chương soạn thành ca khúc.*

Khi trở lại làm việc ở Collins Radio.

tôi ngồi, tôi dỗ tôi vui
lượng xuân đã cạn, lượng đời cũng hao
tôi ngồi, nghe máu lao xao
những hương mưa cũ lối dào dạt, cây
tôi ngồi, nghe gió đâu đây
nhớ em tháng chạp buồn ngây phố, chiều
tôi ngồi, lưng mỏi thân xiêu
nhủ tôi cơm áo còn nhiều đắng, cay
tôi ngồi, tôi gọi: Lê ơi!
bỗng nghe tiếng vọng từ đồi nghĩa trang
tôi ngồi, tôi ngắm tôi, tan.

Nov. 1976

Núi sông nào gọi mà nghe não nùng?

cùng tôi, mưa xuống lưng đồi
cây vui tay vẫy, lá mời hạt, rơi
mái người lạnh nhạt hiên, tôi
ngói thương xối cũ, mục trôi xương, về
áo nào bay lộng dưới khe
núi sông nào gọi mà nghe não nùng?

cùng ta, em xuống như rừng
đêm muôn năm lạnh, ngày trùng khói, than
lỡ đời, một phút chung thân
máu xương hiến tặng, hồn câm báo, đền
sống cùng, thác cạn cơn điên
cho trăm năm nữa chàng yên hồn cầm.

Thấy bình minh trên sa mạc Utah, nhớ mẹ già.

gọi ai gió nổi bốn trời
chiếc nhau tôi lạnh phía đời bên kia
mẹ nằm lặng lẽ trong khuya
lắng nghe biển dội, lời thì thầm, quên
xương tàn một nhúm chưa yên
cố lay lắt sống để đền lỗi con

vàng về trên rẫy xanh non
gọi tôi cát ẩm, bãi còn, sông trôi
vàng chan ấm mấy vai đồi
vẫn tôi xa lạ nhớ trời, đất, xưa
sầu già như những cơn mưa
ủng tôi bãi trũng lầy vừa vũng đau

đời trào xuống bút lao đao
xé tôi gan ruột máu nào đẫm tươi
đứng đi. tôi đó, nói cười.
lúc quay lưng lại, tôi ngùi, ngậm tôi
kẻ nào lúc chết chưa vui?

1980

Hình dung Kim Chi.

biệt mù trong bước nhau đi
bóng hiu hắt kiếm hồn u mê, tìm
tưởng gần nhau giữa môi ngoan
tay khô bỗng, lạnh, giọng khàn bỗng, câm
tưởng người hương tóc thanh xuân
ủ tôi đêm lạnh cuối phần đời, dư
tưởng người thơm ngát hơi mưa
gội tôi đã nẻ mấy mùa xác khô
tưởng người tưởng giữa hoa cau
sáng ra, thấy một già nua, tôi, ngồi.

11-1976

Thơ ở Costa Mesa.

chia nhau miếng bánh tay người
nỗi đau dấu lại tiếng cười phô ra
chia nhau buồn kẻ không nhà
em, đêm, nước mắt, ta thờ thẫn, hôm
tóc mềm lạnh buốt môi hôn
vầng trăng cuối tháng cũng vàng như em

em thu tóc ốm âm, trầm
mơ quê hương cũ, khêu lầm giọng xưa
ta ngồi, năm ngón tay thưa
che không kín mặt, sao bù đủ em
chia nhau nghìn nỗi khát thèm
hứng trên mắt nọ, lệ mềm môi kia
thôi đành, thôi cố, thôi quên
núi sông đã khuất, đời vong thân, còn.

Dec. 1976

Vọng động tôi.

biển tôi có thịt da người
có trăm con sóng vỗ hoài ghềnh, khuya
có đêm giọt lệ đầm đìa
khóc trong bóng tối, khóc kề mái, sương

rừng tôi có luống ngô đồng
có hương tóc cũ có giường chiếu, xưa
có chăn, gối lạnh, tôi, thừa
có... như vẫn đó, người ngào ngọt "thưa"

mưa tôi buồn mấy trăm mùa
bồi năm tháng cũ, lở bờ bãi, vui
nhớ em chết một ghế ngồi
ủng tôi trời mụ mấy đời cư tang

tôi về một cõi hoang mang
hàm răng thô bạo xé tan nụ hồng
xót em tiếng : "dạ, vâng" còn
ẩn trong vóc ốm một hồn miệt khinh

huyệt tôi đã lấp từng phần
ở xa em cũng chả cần thắp hương.

Sinh nhật, 81.

cõi hiu quạnh đó, em ngồi
nhớ trong oan nghiệt tiếng người dốc cao
đêm lừng nhạc, gió nôn nao
những thân khuynh diệp cúi trao lá, mừng
cõi chim bị đuổi xa rừng
có em hiên lạnh ngó trừng bóng qua
không gian thở đẫm quê nhà
trái tim héo rụng nỗi nhòa nhạt, xưa
cõi mưa, bão có em về
tóc chia đôi lọn mắt thề, thốt, nuôi

ngày vàng lên áo hai ngôi
núi, sông đã chảy một đôi vai người
cõi nhân gian lạnh tiếng cười
nến như mắt lệ ứa rơi hai hàng
có em giấu nỗi bàng hoàng
trong xanh xao, đợi, giữa bầm dập, trông

cõi trăm năm đã mất nguồn
có em chiu chắt nỗi buồn để riêng
của hồi môn đó, thôi, em
mai sau đẽo ngọc, đánh kiềng cho con
cõi cưu mang vết thương chàng
có em thăm thẳm, rợp tàng khổ qua

nhỏ từng giọt máu trên hoa
hướng dương dù đã khuất xa bóng người

cõi ta buồn đến hết đời
có em thưa gửi mấy lời dạ... vâng...
chút còn sót-kẻ-lưu-dân

12-81

Thực khúc 1, 2, 3.

hổ ngươi.

khởi nguồn ta - một vết son
cháy trong xương thịt khói hương ấm, nồng
khởi nguồn con, tự vết thương
trong thân tầm gửi nỗi buồn hổ ngươi

ký thác.

nắng tôi khô nỏ lá gồi
những thân dâm bụt nhớ người góc sân
tiếng chuông nào đã ngại ngần
gọi tên tôi sớm về dùng bữa cơm
ngày tôi thất lạc linh hồn
núi sông đã gửi nỗi buồn sang em

buổi sáng.

chỗ ngồi, bóng tối vây quanh
đêm muôn tay vẫy, hồn xanh biếc, về
chỗ ngồi, sinh, tử phân ly
bụi trăm năm cũ não nề dấy lên
chỗ ngồi tiền kiếp lãng quên
bỗng không lay động, cỏ im, chân, ngừng
khóc òa. buổi sáng rưng rưng.

Chân dung.

tôi ngồi giữa-nỗi-tôi-riêng
bên trong ghế lạnh, ngoài hiên bóng, rời
phòng tôi trần thiết gương người
tường sơn kỷ niệm, vách bồi dáng xưa
tóc người chảy suốt cơn mưa
ngực thơm hoa bưởi, môi đưa bão về.
tôi ngồi giữa-cõi-tôi-khuya
có ai gõ cửa? mà nghe lá chào?
tưởng người ngọn sóng lao xao
biển muôn năm gọi tôi nào có vui?
người về có nén hương, thôi
cắm lên phần mộ hồn tôi úa vàng
tôi-ngồi-trong-cõi-nhân-gian.

7-1983

Mai sau soi thấy vết thương tôi, còn. (*)

gọi tôi tiếng gọi bồi hồi
đêm mưa góc phố, người ngồi ghế, khuya
vầng trăng, tôi, cũ, chia, lìa
em đi cuối sớm, ai về đầu hôm?

gọi tôi, tiếng gọi ai buồn
nhân gian thăm thẳm, ngọn nguồn cũng xa
người về cây cỏ tháng ba
vườn tôi tháng bảy mưa sa đầm, đầm

gọi tôi, tiếng gọi âm thầm
trái tim nhật, nguyệt, mái hồn tử, sinh
núi sông đốm lửa cuối ghềnh
cõi âm ký ức, cõi trần nhát dao

gọi tôi, tiếng gọi rầu, rầu
ngựa trong tuyệt lộ, chim đầu ải sương
người còn giữ được mảnh gương?
mai sau soi thấy vết thương tôi, còn.

(*) *Song Ngọc soạn thành ca khúc.*

Người Còn rộng chiếu, chăn dư?

nhìn ra mái xám. chân trời
mưa trong trí nhớ. ướt ngoài nhân gian.
tấm lòng khô, nẻ. quá quan
xuống sâu. nghe thảm. lên ngàn. đợi đau.
tháng mười mắt ngọc. mưa thâu
đẩy tôi giường ải. gối đầu kiếp sau.

người còn rộng chiếu, chăn dư
chia tôi một góc. ẩn cư. chỗ nằm.

cõi tâm vô nhiễm. tôi cần
đôi vai thánh nữ. một lần Nhà Chung.

Melbourne, 11.1.89

Bài Úc châu tóc ngọc thứ nhất.

bù nhau. sợi tóc bạc màu
răng khôn sớm rụng. mối sầu không vơi.
bù nhau ngực nghẹn tiếng cười
mắt thôi báo bão. môi thôi nghìn trùng.
bù nhau tân khổ chẳng cùng
vết dao bổ dọc. cây buồn trụy hoa.

Bảy bài ngọc thi tháng sáu.

1. chủ nhật.

ngỡ mình giống Lệnh Hồ Xung
một thân võ nghệ. chưởng phong ăn trùm.
một hôm luyện bí kíp tình
võ công phế bỏ. ôm hình bóng, xa.

2. Chạy bàn cho bánh nho.

biên toa. bưng nước. tính tiền
thưa anh. thưa chị. thưa ông. thưa bà.
thưa tôi thân thế mịt mờ
sống như đã chết vậy mà tưởng... ngon.

3. ở biển, nhớ ốc sên.

chiều về, dãy phố, sơn son
ngón tay đô thị, mắt nguyên bản, rừng
mưa ngang trời, lũ ngang cồn
bước chân, thúy ngọc. đá vàng. kiếp sau

4. tới đông ba hai, phải ngang qua tiệm cắt tóc của t,n,

hân hoan tôi mở cửa, mời,
gương soi tóc ngọc. ghế vời nhỏ, to.
đêm đêm bờm ngựa, vó ngờ
vết thương tấy đỏ. mấy mùa âm dương.

5. làm báo

cong lưng cắt dán. cò mồi
vo ve chữ nghĩa. xú mùi văn chương.
nhố nhăng ý kiến, cộng đồng
bi bô quan điểm. khật khùng bản tin.

6. khi chị băng tâm hỏi thăm về thánh nữ

vai khô. chẻ sợi tóc dòn
sóng reo. địa ngục. biển đông. giọng cười
trưa tan nát lá thiếu thời
trên cao, thượng đế. đáy đời, máu, xương.
hôm nay tôi biết tôi buồn
bởi chưng tiền kiếp đã thương em rồi

7. mắt, cây cối, cát, và nắng, gió

chào cây khuynh diệp góc đường
lá xanh in đậm vách tường tư duy.
chào em: cát bụi vô nghì
trái tim nhân tạo. chai lì tử sinh.

đường về nắng đã động kinh
lòng tôi sủi bọt ân tình ung thư.

3-6-90

Ở đài phát thanh, nhận kẹo của M...

cảm ơn chiếc kẹo tay người
buồn vui tôi dấu ở ngoài nhân gian.
tấm lòng tháng chín. tôi xin
nắng, mưa châu thổ. bình nguyên tấm lòng.

Sydney 9.89.

Thơ gửi Cún, Bờm. (*)

cách gì cũng một trái tim
thay bao mặt nạ vẫn còn chân dung.
nhánh sông nào chẳng xa nguồn
tiếc cây sớm cớm, mầm bầm, dập, thay.
mai sau thì vẫn tháng ngày
biết đâu thân thế mà vầy cuộc khuya?

12.90

(*) Đỗ Vy Hạ soạn thành ca khúc

Bài Úc châu tóc ngọc thứ hai.

hồn cuối bãi. tâm đầu ghểnh
những chai máu lạnh. ân tình treo cao.
vói bàn tay. vói cõi nào?
cõi quen hơi hướm. cõi đào thải, đau.
xe ngang cửa. sầu lên đèo
vực sâu tiếng, thảm. chim chiều cánh, mưa.

Và, một lần và, mãi mãi như T.N.

xế trưa nắng cũ em về
thấy trong hư ảo, thịt da mù lòa
xế đời nhau. xế mái đầu
thấy trong nhân loại mối sầu rất riêng
thấy trăm năm, thấy nỗi niềm
thôi khăn áo cũng theo biền biệt, khuya.

Nhớ Bành Nho, những trưa ở mì La Cay (*)

tận cùng nắng. tận cùng mưa
tôi đau trong tủy. em chờ phố, đông
bảng đường gió. ngôi nhà, không
thấy trong hoang phế còn mong người, về.

1989

(*) Đỗ Vy Hạ soạn thành ca khúc.

Mùa thu và thơ mới, ở đường Baker, Costa Mesa, cũ. (*)

dấu trong ký ức âm u
cành sương tháng chín. mưa mù tháng giêng.
hồn cây phong úa truy tầm
dấu chân. nghìn dặm. lá mừng. thôi nôi
vàng sau lưng. vàng ghế ngồi
mùa em. thu tím. rừng tôi phía nào?

giữa hiu quạnh. tôi cúi chào
trăm năm đã thẹn. vực sâu đã gần
biển cùng sóng sớm ly thân
cánh chim thương tích. buồn khăn áo người

mùi hương cuối. kỷ niệm vùi
ngón tay sinh tử. mấy đời khổ qua
mùa thu góc phố. Baker
hỏi sông núi cũ sao chưa trở về?

10-90

(*) Đăng Khánh soạn thành ca khúc.

Thơ gửi Du và Chó Xù. (*)

chia con một góc mộ phần
cõi an vui rất cận gần với cha.
chia con một góc mù lòa
trái cây nhân thế chát, lè môi non.
chia con một chút núi, sông
(chút thôi cũng đủ buồn muôn năm rồil)
chia con một miếng giấy rời
vẽ nhăng vẽ cuội... vẽ người giống ma.
chia con một chút quê nhà
ngắm xong, gói lại vứt ra ngoài đường.
chia con một chút điên cuồng
con chim gẫy cánh còn toan tính: về.

01-91

(*) Đỗ Vy Hạ soạn thành ca khúc.

Thở ở bờ sông Yra, Victoria.

vòm xanh. mưa biếc ngọc mời
bến reo lá thắp, lạnh, ngồi cửa, gương
ta tìm em khắp thủy cung
khiến ngư nữ cũng động lòng, quay đi.

9-10-89.

Phác họa, Hoa Thịnh Đốn, 4.

1.

hàng cây, hàng cây, phương tây /.
gió: khô góc trái; ngực: lẩy dấu đinh /.
nàng về, nàng về, vai thuôn
vòm tâm ấn tượng trí cường điệu, khoan /.
lìa nhau, lìa nhau, căm căm
đèo sưng sữa, muộn ; lũng lầm lửa, môi /.
trầm ta, trầm ta, thai đôi /.
xẻ banh da thịt : hiện ngôi giáo đường

2.

trời cao, trời cao, ôi chao!
quẩn quanh hạt lệ mây, phù thịnh, gương /.
mùi hương, mùi hương, mùi hương /.
hồn cây phong úa ơn đền gốc, xưa /.
hồi chuông, hồi chuông, Ju Đa
mặc, em khấn dối, ta để quyết, tin /.
rừng lu, rừng lu, em / trên
chỗ sâu đáy ngực: thiên đàng mưa, luôn /.

3. (*)

em mang hoa vào chiêm bao /.
tóc thơm tho, ngắn ; gắt ngờ vực, vui /.
chim đi truyền tin hai người;
giữa hơi hướm lạ, tay hồi âm, lên /.
đường xanh, nghiêng, ương, lương duyên /.
con sâu cuốn chiếu đo miền hạnh dung /.
em mang hoa về hư, không :
nhân gian mỗi một ta còn nở bông.

(*) Khang Thụy soạn thành ca khúc.

Bài tóc ngọc thứ tư.

cứu rỗi tôi. môi, mắt người
ghế chia diện tích. bàn đòi kế bên
tôi ngồi trong tôi lãng quên
như em cạn kiệt, vẫn biền biệt, sông
tàu về ngang bến thanh xuân
biển, tương tư vẫn ầm vang cuối, cồn.

10-90

Thiên đàng, địa ngục đâu xa!

thiên đàng địa ngục đâu xa
chỗ mưa ướt ấy. có ma ở cùng
chỗ em dấu nhẹm cánh rừng
anh vô thú dữ nổi khùng, thấy ghê
chỗ thiền sư tụng kinh mê
đóng vai dân xịn anh thề không ra.

2-91.

Khúc 19 tháng 9 (*)

ngày tôi. trôi trên lưng, đời
cây khô gốc đợi, lá bồi hồi, reo /.
sương, trần thân mây, chia, ly
nhập chung nỗi chết: sầu khô, héo về /.
môi đêm. thơm nhang xuân thì
tháp trong da thịt lời thề bồi, riêng /.
tôi nằm. tôi nghe tôi tan
lẫn hơi đất ẩm, chút vàng, son, xưa /.
khuya tôi trôi trên tay, còn
lung linh địa ngục: thiên đàng dấu răng /.
*

tôi tan rồi. tan. tan. tan...

(*) Hoàng Xuân Giang soạn thành ca khúc.

Nhật thực.

chiều co. chiều co, tay gầy
duỗi đôi chân mỏng lên ngày tháng, lu
môi người. môi người đang trưa
đỏ trong nhật thực. ẩm. lụa tiếng còn.

Hồi dương.

giường tôi, giường tôi: hơi người
mốc chăn gối lạnh. hồn hồi dương. khô
đường tênh hênh. đèn nhòe nhòa
bãi xe thôi đợi, em về khuya. sương.

Thổ lá.

hương người thơm lừng đêm mưa
hiên phô trương gió. cây thổ lá, xuôi.
vai buồn nghe mềm mây trôi.
em tiêu lòn một quãng đời tôi. thua.

Căng mình.

tôi căng mình ngang âm dương
cổ đeo đá tảng. chân giẫm ván thiên /.
tôi trầm mình trong hư không
chân neo đời trước. cổ kiểng kiếp sau.

Lục bát, sao kim.

1.

chiều gùi trưa về phương tây /.
mưa. tôi phòng đợi. em lẫy sân bay /.
không còn ai nơi đầu dây;
những con số chết trong tay bấm, chờ.

2.

cây gùi chim đi theo đêm /.
núi bưng mắt nhọn. suối vòng cung. riêng /.
tôi lên rừng bổng sao kim /.
những chân gió, thúc. cuồng điên vực, người.

3.

sao tua chưa từng nằm kề /.
em thơm tho giữa thơ, lìa biệt, tôi /.
tay cầm tay lên: chia hai:
mũi đinh đóng xuống đời. thôi nhé. đừng
xa người. sao tôi không dưng?
địu em trước ngực, lưng buồn râm, ran.

12-92

Xuống thấp.

cây bềnh, bềnh trôi theo mưa /.
qua xương thịt bụi hỗn xô, tạt về /.
rơi. im. rừng vươn tay che
chỗ sâu: lũng, cỏ. khe tì vết, quen
đêm. hôn. mùi. vùng thân. thơm
trắng. xanh. tím. đỏ. hồng. đen. nâu. vàng.

Mơ thấy cụng ly với Mai Thảo ở Santa Ana.

nhậu đil hùm. hẵng gượm về /.
đôi chân lắt bỏ. chai mờ còn lưng
dzô thêm. được lắm. sao ngừng?
miếng gan trên đĩa. miếng lòng vứt đâu?

miếng tim. miếng cật. miếng gầu
nhai chil nuốt trỏng (thớ sầu rất dail)

sương thâu ngắn bóng cây dài /...
chưa đi mắt đã đầy gai chia, lìa.

Chỗ ngồi đâu lưng.

tôi yêu tôi trong tôi /người/
chuyến xe song mã. chỗ ngồi đâu lưng (?!)
tôi yêu tôi trong tôi /nguồn/
vai nghiêng mái biển chân lần, khân, chia
tôi yêu tôi trong tôi /về/
tới ngang khúc quẹo tâm lìa, biệt, đi (!.)

tôi yêu tôi trong tôi /qụy/
dưới chân Đức Phật: em vừa quy y.

Tôi nằm nghe trưa. Mưa đi.

1.

ngày khô ran. buồn rơi mau
nền rêu, sắt nhọn. lối rào thép ngang
chim về mang niềm băn khoăn
hồn tôi bẻ góc vào con ngõ nào?
đường đi quanh, nguồn sông đào
thuyền, khuya, mắt lạnh, những ô cửa, mù.

2.

tôi nằm nghe trưa. mưa đi
xốc cơn ốm dậy. bốn bể lanh canh
buồn nào vàng. buồn nào xanh
xăm xoi thân thể thấy ghềnh thác: khô
tìm nhau. ai đi tìm nhau?
dưới sâu khe lạnh cây lau tay, mời.

Houston, 6-92

Ai vai bồ tát? tâm ngồi ghế sau?

và, ngày cù sương bay lên,
nắng thâu phế liệu. em truyền nhiễm, thơ.
và, mây cù mưa trôi, đi,
nhìn nhau cửa ngực ơ' ty bậc môi.
và, chiều cù ta: chìm, rơi
ai vai bồ tát / tâm ngồi ghế sau?

và, mênh mông. mênh mông, kia.
tháp, chuông chảy giữa ta bờ, bãi, liên.
và, quên. quên. quên. quên. quên.
con sông tự dệt lụa băng giá, gìn.

và, im. im. im. nghe chim,
khoảng, đau cánh muộn, sâu, miễn hư tâm.
và, thinh không trong thinh không.
bàn tay dị ứng. tấm lòng xuống, xe.

đời sau nào ai hay đâu!
bắc ngang sinh, tử: cây cầu tôi / em
chiều. sông. saint laurent.

1995

Khúc tháng hai, chín sáu.

thắp thêm nến. gọi vai về.
dấu môi bồ tát, lá, lìa Austin.
biển lần theo chân Quán Âm,
ngón tay tràng hạt, nhang, đèn, phố, lu.
tóc thơm ngực. múi khuya, mù.
trái vun ấn tượng. nẫu lìa, biệt đen.

thắp thêm nến. giới định thiền.
giải oan chuông, mõ. xóa kinh điển, người.
gửi thêm đời, muộn, chút tôi.
rớt trên lục tự. tháp ngoài tam quan.
thắp thêm nến. nhiễu tâm phiền.
gió, thâm, tím ngọn. cây tiền thân, mưa.

Với tâm đức Phật / trong hình hài tôi.

cảm ơn sông không xa nguồn
như em không tuổi, nhín, nhường chiêm bao.
cảm ơn núi nghiêng đầu chào,
đón em nguyên đán, thầm, thì giêng, hai.

cảm ơn em rồi đầu thai:
- với tâm Đức Phật / trong hình hài, tôi.

6-1995

Khi trở lại Houston.

nhờ em tôi biết cuộc đời
biết mưa còn ở trên môi tháng, ngày
nhờ em chim mới biết... bay
ngang qua cổ tích. thả dầy hạt kinh.

nhờ em tôi mới biết mình
đa mang tuổi mẹ, thọ hình lỗi cha
nhờ em trời lợp mái nhà
đất di truyền nhớ thương hoa lên cành
nhờ em thác ngủ đầu ghềnh
như tôi được chết hiền lành trong em.

Mừng bạn sớm thành ông... thợ mộc.

gửi t.h.

mừng ông đóng được cái bàn,
bằng tâm / thân rất vững vàng. an nhiên.
mừng ông gạo lức. tham thiền:
với cưa. búa. đục. bào mòn cái... tôi.
mừng ông biết đủ! biết thôi!
biết quên hết để nhớ người. nhớ ta.
nhớ thân tứ đại ấy mà!
trước, sau gì cũng đi về cõi không.
nhớ: cười khó lắm nghe ông!
(khi ta ha hả cười trong. cười ngoài!)
cười như hạt bụi vẫn... cười!

calif. oct. 2010

Bài Thì, Mà, Là...

thì, tôi có phần hơi... ngu
(thông minh đột xuất. trường ky... hâm hâm)
mà, em khôn lanh như... thần
sao em lại chọn gã... đần là tôi?

thì, tôi chờ người đi qua
mà, em lại tưởng tôi là... khói bay
được thôi! tôi là... gốc cây
mà, sao em cứ thẳng tay đốn rừng!?.

thì, tôi thường khi hay... quên
mà, em cứ dọa tôi... điên có ngày!
thì, tôi điếc rụng, điếc rơi
mà, em cứ mắng mỏ tôi sáng, chiều.

thì, tôi đi buôn yêu thương
mà, em thu vốn! tôi còn... mỗi em!..!
thì, tôi đêm đêm vẫn ôm
cả em, cả gối, chăn, mền... hóa ra...

thì, tôi đếm một, hai, ba
em nhân thành chín. tôi là số... không.
thì, tôi vốn là con sông
mà, em nguồn nước có mong ngược về?

thì, tôi không quen ước, thề
hôm nay, phá lệ, tôi về... môi em!!!

2013

Tôi trôi theo tôi con sông.

tôi đi xuyên qua đêm. mưa
thấy trong lục bát buổi trưa em, về.

tôi đi xuyên qua lời thề,
thấy tôi thơ ấu bèo nhèo chiến tranh.

tôi đi xuyên qua màu xanh
thấy trên khung vải nổi gân nỗi buồn.

tôi đi xuyên qua mùi nhang,
thấy như buổi sáng điệu đàng... vết thương.

tôi đi xuyên qua cội, nguồn
thấy em. thương lắm. chọn nhầm tôi. hư!

tôi đi xuyên qua đời sau,
thấy em kim, chỉ chờ nhau, mỏi mòn.

tôi đi trở ngược thời gian,
thấy em bé xíu. thuở còn... ngậm ti.

tôi đi xuyên qua giấc mơ,
thấy ồ! sáu chữ cũng vừa... bảy mươi!

tôi đi xuyên qua cuộc đời
thấy như lục bát thôi nôi từng dòng.

tôi trôi theo tôi-con-sông...

2012

Em, nơi an nghỉ cuối cùng.

ơn em: cuối cuộc đời tôi
góc hiên che nắng. mái người che mưa.
ơn em: ngọn nến soi thơ
sông chia biển lớn. rừng từ nguyên sinh.
ơn em: dòng suối quên mình,
sáu mươi tâm, thể còn hiền chiêm bao.
ơn em: tháng lụn. năm hao,
bấc tim vẫn cháy chỗ thờ phượng, xưa.
ơn em: thơm tho bốn mùa.
khuya ngoan gối cũ. chân chờ... gửi sang.
ơn em: chìm, nổi thác, ghềnh.
rừng lau trắng rụng, đợi đến kiếp sau.

ơn em: bát, đũa tìm nhau,
cọng rau, hạt muối biết đâu chia, lìa
ơn em: nhân loại gần, kề
mừng tôi mưa, nắng đi, về có em!
ơn em. đêm. đêm. giường nằm!
cánh tay: tưởng mẹ. ngực buồn: nhớ cha.
ơn em: một thời quê nhà,
mang theo sông núi băng qua nghìn trùng.
em: nơi an nghỉ cuối cùng!

2014

Tôi ngồi như một que diêm.

tôi nhìn tôi: rất-tôi-rơi.
đất thu xương, thịt. mộ ngồi góc, quên.
tôi trùng tu tôi cơn điên:
tháng, năm chao chát. hồn biên chế nào?

tôi nhìn tôi: rất-tôi-khuya.
đường neo đơn, bóng. phố kêu án, người.
quỷ. ma. tôi đấy! tốt thôi!
đêm thơm xe rác. ngày hôi tiếng kèn.

tôi nhìn tôi: rất-tôi-quên.
bàn tay sáu ngón. dú buồn chín, non
người xa. tôi chấp cung, câm
mây na nhật thực về không kịp, lời.

tôi nhìn tôi: rất-tôi-trôi.
con sông sạt. lở. gió bồi cát, đi.
bên kia tiếng hát xuân thì
lẫn trong hòn đất, hòn chì chiết, thêm.
tôi ngồi như một que diêm...

2014

Còn tê vết người

này em, tôi có khu vườn
có, cây trái đắng có, cồn cát, khô
này em, tôi có nấm mồ
đêm che dấu lệ. ngày thổ đau, đi
này em, tôi có ngõ về
nắng, mưa suốt kiếp, còn tê vết người.

mai tôi lìa, bỏ chốn này
em ngoan ghế cũ. lá đầy nhớ. Quên
mai tôi mối, mọt ưu phiền
thương em phố, chợ. tay biền biệt, xa.

Tôi tìm chỗ cất mùi hương...

cây tìm chỗ ngủ cho sương
tôi tìm chỗ cất mùi hương thuở nào.
đêm qua tôi dựng cổng chào,
đón em. chỉ thấy mưa rào... bước vô.

Thảo nào! thế nhé! thương yêu! (*)

và, đc. bình.

thảo nào ký ức tôi, xanh.
nụ cười cuối mắt, vẫn dềnh cuối, sông.
thảo nào ngón tay mùa đông,
cho tôi lửa ấm mà, không... đụng hàng.
thảo nào nụ hôn vội vàng,
chia tay bến đợi. ngỡ ngàng góc, đêm.
thảo nào thép vẫn cứ... đen,
sớm, hôm vẫn cứ... điệp viên. xuống hàngl.l
thảo nào con cua đi ngang.
mũi tên bay thẳng, riêng nàng đi... lui.
thảo nào cây thích đứng chơi.
con chim hót sảng, tưởng... tôi... là nàng.

thảo nào từng đi xuyên bang,
rừng phong vẫn đỏ lá vàng tương tư.
thảo nào núi sớm đi tu,
bỏ quên một đám sương mù ngưng bay.
thảo nào tay nhớ bàn tay
môi xa xôi nhớ những ngày... ở không!
thảo nào ai đó vẫn mong:
ngày viên kẹo bỗng... tuyên ngôn tỏ tình.
thảo nào trăng cũng... thất kinh
thấy em "cực chất" bóng, hình cũng... siêu.
thảo nào! thế nhé! thương yêu!

Boston, Nov. 2014

(*) Nguyên Long soạn thành ca khúc

Cõi tôi. còn nửa chỗ...nằm.

mưa nâng niu cái dịu dàng
em chăm bẵm cái điệu đàng... hoa khôi(?)
rừng ngồi giẽ tóc, chia ngôi
riêng ai tóc ngắn, dài thôi... nỗi buồn.
chỉ cho tôi nhé con đường
loanh quanh cách mấy vẫn tìm được nhau.

chim về ở với vết sâu
tôi xin đợi tới mai sau: tỏ tình.
chân dung người giữa khung hình
trắng tinh. một cõi bình minh. ngậm ngùi.
Tôi xâm môi: nửa nụ cười
cây khô vẫn gửi lời mời viếng thăm:
- cõi tôi. còn nửa chỗ nằm!.!

Kiếp sau, nếu vẫn nhớ nhau: tìm về.

và, tt.miền.

1.

xin em mưa, nắng… quê nhà
nắng cho môi ấm. ngực kề ơn sâu.
mưa khuya, khua thức đoạn, lìa:
núi sông tít tắp! niềm đau quá gần.

2.

xin em sớm, tối ân cần
sớm cho trà cúc. tối trân trọng, tình.
đêm nghe tiếng dội cuối ghềnh.
sáng ra chăn, gối còn thơm mối sầu.

3.
xin em bạc trắng mái đầu!
kiếp sau, nếu vẫn nhớ nhau: tìm về.

Mass. 11-2014

Cảm ơn cái kiến, cái ong.

cảm ơn cái kiến, cái ong
kiến tha thương nhớ. ong trông người về.
con sông không quên lời thề
biển xa xôi mấy vẫn thao thiết tìm
cảm ơn gói mì ăn liền
mì cho đôi đũa. bát xin nhớ tình.

cho tôi. cho nhé nỗi buồn!.!

cho tôi. tuổi nhỏ. xuân thì.
mắt thu âm bản. ngực bù khuyết, vui.
cho tôi nhớ tiếng lúc ngồi
lúc đi nhớ bóng. nhớ môi lúc về
cho tôi trời đất quê nhà
tháng hai tiếng hát na theo bướu sầu.
cho tôi gánh vác nát nhầu,
những thao thiết ấy, đời sau, vẫn còn.

cho tôi. cho nhé nỗi buồn!.!
vui riêng, giữ lại... tôi dòng sông / trôi
cùng trời, cuối đất xa xôi
dù ai không gọi thì tôi vẫn về.
coi tôi như một tên khờ
(với tình yêu ấy, cần gì phải khôn?!?)
một khi tôi: - kẻ thọ ơn.

2015

Con đường dắt tay em đi.

con đường dắt tay em đi
tay tôi dắt tiếng thầm thì qua môi.
đêm rơi. rơi. rơi. rơi. rơi,
lấm lem ký ức. bồi hồi dấu chân.
cây trao thân cho hồn rừng,
tháng ba sưng tấy nỗi mừng thôi nôi.
người ngồi. người ngồi... trong tôi
những khuya khoắt ấy, buồn xuôi vai, về.
trước, sau rồi cũng chia, ly!!!

2015

Về *Lục Bát* Du Tử Lê

Thăm Thẳm Núi, Non.

Mai Thảo

Mỗi lần đi vào tiệm rượu quen của anh bạn Thuận trên đường Brookhurst, kiểm lại túi tiền, thấy cái túi bớt phần hiu quạnh, lần ấy tôi thường ở lại tiệm Thuận lâu hơn. Đi tà tà một vòng qua những kệ rượu, trên vai kề vai cả ngàn nhãn hiệu danh tiếng của mọi vùng trời Lưu Linh thế giới. Chọn cho mình một chai "xuất sắc" hơn thứ uống khiêm nhượng hàng ngày.

Chọn. Chọn rượu - mấy vị làm thơ tình Nguyên Sa, Du Tử Lê cả đời chanh đường, xá xị chắc ở ngoài vấn nạn văn chương này - là cả một nghệ thuật, không phải chuyện rỡn. Nhất

Mai Thảo (trái) và Du Tử Lê.

là chọn được rượu hay còn hợp với túi tiền. Dễ
như anh chàng "Johnny Đi Bộ" ngày trước cả
nước Saigòn cùng uống, cũng phải phân biệt.
Sư phụ Johnny "cổ đen," nhãn ghi đầy đủ mười
hai năm bế môn luyện kiếm, chất men dịu, đằm
cùng năm tháng, một vực trời hơn đệ tử Johnny
"cổ đỏ" còn trẻ thơ tuổi ngọc tuổi vàng. Đến
"Cognac" đã khó hơn một bậc. Có chai trong,
có chai mờ. Cái nhãn "VS" cấp thấp lên dần tới
Tỉnh Ủy "OP," tới chót vót đỉnh Giải Xanh, Giải
Bạc. Rồi tới Chát đỏ, còn phức tạp và kinh điển
hơn nữa. Rượu chọn theo tuổi rượu, còn trên
nơi chốn chào đời, trên mùa rượu xấu, tốt. Cùng

một ngọn đồi Côte du Rhône, sườn đồi đông nhiều mặt trời, vị nho đã khác với đồi tây không nắng. Mỗi năm nho cũng một khác. Năm được mùa, nhờ thời tiết và mưa nắng thuận hòa, chưa cần ngon vì nấu, cất, rượu đã ngon từ trên cành ngon đi.

Vắn tắt, phải có thời gian, phải có năm tháng. Chưa tới được trưởng thành những đời người chưa đủ số nến sinh nhật. Rượu ngon hệt vậy. Muốn xuất sắc phải một rừng nến thắp, đừng một ngọn đã cắt liền bánh ăn. Thâm niên, có quá khứ, rượu ngon hơn bội phần nhờ thời gian là người thợ hoàn chỉnh siêu việt, biến được rượu từ trạng thái khởi đầu xóc gắt tới cái trạng thái gấm nhung đậm đà, ông Lý Bạch uống một hớp uống cả nỗi buồn vạn cổ, cụ Tản Đà làm một tợp, thấy cả *"nước đi đi mãi không về cùng non!"* Trong *"Chùa Đàn"*, Nguyễn Tuân đã dành nhiều trang yêu ngôn để tả cái ngon tuyệt vời của hai nhãn rượu huyền thoại. Một là *"Vô Cố Nhân"*, một là *"Ức Sầu Viên"*. Rượu do thiên tài Út Lãnh cất riêng cho chủ, đã tới tột đỉnh của bí truyền mà chưa thể uống ngay, trong cánh rừng Mê Thảo còn phải đủ chín tháng mười ngày hạ thổ. Thời gian đất, nước phải tới tuần, trăng phải tới vận mới đúng. Nóng là không được. Phải chờ. Phải chờ mới có XO; mới có Giải Bạc, mới có Ức Sầu Viên.

Là tửu đồ đời sau, tôi yêu lắm hai câu thơ tuyệt tác của Tản Đà, tửu đồ đời trước:

"Trăm năm thơ túi rượu vò
"Ngàn năm thi sĩ tửu đồ là ai."

Yêu cái nhịp lục bát lồng lộng. Còn yêu cái ý thời gian được nói trong thơ. Trăm năm thơ - ngàn năm rượu. Lâu chưa. Ghê chưa. Trăm năm, ngàn năm cả, chốc lát, chỉ là chữ và giấy mất tích, cái chất men làm cho nhức đầu. Suy diễn thêm, thấy đích thực thơ hay và rượu ngon, trong cùng một tiêu chuẩn, rượu và thơ hay từ cùng một chân lý. Phải mùa tốt trước đã. Mùa xấu, trái nho gầy, chế biến giỏi mấy cũng chỉ một thứ vin de table. Nho trồng trên ngọn đồi tâm hồn thi sĩ cũng vậy. Xấu từ mùa từ gốc, mỹ viện cho thơ cách nào cũng không hóa trang được cái chất thơ dở thành hàng châu ngọc, đem dự thi Hoa Hậu Long Beach, rớt từ vòng đầu là tự nhiên thôi.

Quan yếu hơn hết là yếu tố thời gian. Tôi gọi

thời gian này là thời gian hạ thổ của thơ, là Cõi
Thơ Bên Trong. Thơ trong đầu, trong tâm, thơ
chưa thành tiếng thành lời, chính là cái mùa nho
xấu hoặc tốt của từng thi sĩ. Địa hạt tiểu thuyết
gọi đó là khoảng cách. Thiếu khoảng cách, tầm
mắt chỉ nhìn thấy một phiến lá không thấy được
toàn thể cánh rừng. Khoảng cách, trọng lượng,
chiều sâu, gọi là gì cũng là thời gian cả. Thiếu
thời gian là những cõi thơ thiếu tháng, đủ thời
gian thơ là *Võ Cố Nhân* chín tháng mười ngày.
Quy luật ấy của đời sống cũng là quy luật thơ.
Từ những mạch nước dồn đẩy mới có con suối
thủy tinh. Lúa mẩy hạt từ mạ lực lưỡng. Phải cả
một mùa nắng mới có kết tinh của đường của
mật, và một trăm đêm sương mới có một bình
minh hoa nở đầy cành. Đó là vận trình của thơ
đi tới thơ hay. Vận trình đó bao giờ cũng thấy ở
những tài thơ lớn.

Nhận định về người thơ và tiến trình của thơ
hắn với chính hắn, thì gian gần đây Du Tử Lê
làm thơ hay, có nhiều thơ hay, trong cái nhìn
của tôi và như phiếm luận nhỏ về rượu ở trên
về rượu, trước hết là bởi trên ngọn đồi Côte du
Rhône ở Ranchero Way, nhà thơ vừa có một

năm nho, một mùa nho đặc biệt. Rồi cất, nấu cũng tinh xảo hơn. Rồi hạ thổ nữa, đầy đủ tháng ngày. Những bài tôi yêu và cho là xuất sắc nhất trong *"Love Poems"* cho thấy rõ vậy. Rằng có thể vẫn trong dòng rung động trữ tình của những bài thơ đã làm trong quá khứ – tính chất đồng nhất của tác phẩm là bản thể bất biến của thi sĩ – nhưng chất thơ của thi sĩ bây giờ mới thật sự và hoàn toàn loại bỏ được cái xóc, cái gắt để chỉ còn cái đằm, cái đằm trong dáng điệu của bài thơ và hình ảnh của lời thơ. Rằng hầm rượu dưới đất, bông hồng trong tuyết, cõi thơ bên trong, con tằm và tơ vàng, cái chai mờ trong tiệm rượu của Thuận, một tiến trình đã viên mãn tới bến. Rằng thơ đã có *"hương thời gian tím ngát"* – Thơ còn có *"màu thời gian thanh thanh"* và thơ hay.

tôi ngồi trong cõi tôi, riêng
bên trong ghế lạnh, ngoài hiên bóng, rời
phòng tôi trần thiết gương người
tường sơn kỷ niệm, vách bồi dáng xưa
tóc người chảy suốt cơn mưa
ngực thơm hoa bưởi, môi đưa bão, về...

Thấy chưa, thời gian. Ngồi thiệt lâu đấy. Không đứng ngay lên ngay. Ngồi kỹ. Tới ghế lạnh đi, bóng rời đi kia mà. Tới *"ngực thơm hoa bưởi, môi đưa bão về" "vưỡn"* cứ còn ngời kia mà. Bởi thế thơ có *"tháng tám về rất lạ,"* có *"tháng chín"* nắng về còn kỳ lạ hơn nữa. Bởi thế có thơ hình người trong gương, dáng người trên tường, lấp lánh thật nhiều hình tượng sinh động trong căn phòng tâm hồn đó mà Du Tử Lê gọi chung là *"Cõi Tôi Riêng"*.

> *em về thăm thẳm núi, non*
> *hồn sông, lòng suối, thịt, xương chốn nào*
> *mai quên nhau, mất lời chào*
> *hôm nay chăn, gối vẫn ngào ngạt hương...*

Đêm ra mắt *"Thơ Tình"* ở Lup, tôi cũng có dưới gầm bàn một chai mờ. Bèn cùng Hoàng Anh Tuấn làm một ly cho *"thăm thẳm núi, non,"* cho *"môi đưa bão về."* Rồi lên đọc mấy câu thơ trên của *"Thơ Tình"*. Được lắm. Thấy là hồn sông, lòng suối. Thấy là vách bồi dáng xưa. Thấy là tường sơn kỷ niệm. Thấy là thăm thẳm núi, non.

Mai Thảo
1-1985.
(Tuần báo Tay Phải, 31-1-85
Sưu tập của Trần Duy Đức.)

Du Tử Lê, tự họa.
(Du Tử Lê, oil painting on canvas. Size 22"x28")

Lục Bát và những đóng góp của Du Tử Lê

Bùi Bảo Trúc

(Bài nói chuyện tại Đại học Luật Khoa George Mason, Hoa Thịnh Đốn, 17 tháng 9- 93)

Có thể khẳng định không một nhà thơ nào của Việt Nam lại không một lần đến với lục bát. Nhưng đến và ở lại lâu thì rất ít. Ở lại lâu và làm mới cho lục bát, làm những cuộc cách mạng cho lục bát thì lại càng ít hơn nữa.

Lục bát đã lên đến mức tuyệt hảo nhất ở truyện Kiều. Và chính vì Nguyễn Du đã qúa thành công với lục bát khi viết Kiều nên tất cả các tác phẩm sau Kiều đều bị đem so sánh bên cạnh cách sử dụng lục bát của Nguyễn Du trong Kiều. Những sự so sánh Nhị Độ Mai, Lục Vân Tiên với Kiều đã khiến cho nhiều tác giả

sau Nguyễn Du không muốn sử dụng lục bát
như một phương tiện sáng tác nữa. Và bởi lẽ đó,
không có một tác phẩm văn vần quan trọng nào
được viết bằng lục bát kể từ đó, kể từ sau Kiều.
Chinh Phụ Ngâm, Tỳ Bà Hành được diễn lại
bằng song thất lục bát. Cung Oán Ngâm Khúc
cũng được viết bằng song thất lục bát.

Lục bát bị đem trả về cho ca dao, cho những
đoạn mưỡu đầu, mưỡu hậu của những bài hát
nói suốt trong một thời gian tương đối dài sau
Nguyễn Du. Không một nhà thơ nào muốn
và đủ can đảm đi theo bước chân lục bát của
Nguyễn Du để viết tác phẩm lớn nữa. Những
nhà thơ đến sau Nguyễn Du đều chỉ thản hoặc
lắm mới dừng lại với lục bát một chút. Có thể là
có nhưng đó không là những nỗ lực nghiêm túc
nên không được lưu truyền chăng?

Đây là Nguyễn Công Trứ:

Ngồi buồn mà trách ông xanh
khi vui muốn khóc, buồn tênh lại cười
kiếp sau xin chớ làm người
làm con chim nhạn tung trời mà bay...

Nguyễn Khuyến và Trần Tế Xương chỉ dùng

lục bát để đùa cợt.

Đây là Nguyễn Khuyến:

Ngày xưa Lựu muốn lấy ông
ông chê Lựu bé, Lựu không biết gì
bây giờ Lựu đã đến thì
ông muốn lấy Lựu, Lựu chê ông già
ông già, ông khác người ta
những cái nhí nhắt ông ma bằng mười.

Đây là Trần Tế Xương:

Ước gì ta hóa ra dưa
để cho người tắm nước mưa chậu đồng
ước gì ta hóa ra hồng
để cho người bế, người bồng, người chơi...

Hay:

Hôm qua anh ghé chơi đây
giầy giôn anh diện, ô tây anh cầm...

Ba nhà thơ vừa kể ưa những hình thức khác hơn là lục bát: thất ngôn bát cú, phú, hát nói. Lục bát thì rất ít. Lục bát rõ ràng chỉ được dùng để đùa giỡn.

Cho đến khi thể thơ này có một cố gắng trở lại vào đầu thế kỷ thứ 20. Nhưng nói là lục bát trở lại vào đầu thế kỷ thứ 20 thì cũng chỉ là sự trở về rất thấp thoáng.

Nhà thơ núi Tản sông Đà có dùng lục bát.
Nhưng ngoài một bài Thề Non Nước, những
bài lục bát khác của ông không đáng kể.

Phải chờ đến Huy Cận, lục bát mới có được
những trang phục, những nữ trang mới:

ngập ngừng mép núi quanh co
lưng đèo quán dựng, mưa lò mái ngang
vi vu gió hút nẻo vàng
một trời thu rộng mấy hàng mây nao
dừng cương nghỉ ngựa non cao
dặm xa lữ thứ kẻ nào héo hon
đi rồi khuất ngựa sau non
nhỏ thưa tràng đạc tiếng còn tịch liêu
trơ vơ buồn lọt quán chiều
mái nghiêng nghiêng gửi buồn theo hút người.

Và lại Huy Cận nữa:

Đêm mưa làm nhớ không gian
lòng run thêm lạnh nỗi hàn bao la
tai nương nước giọt mái nhà
nghe trời nằng nặng, nghe ta buồn buồn
nghe đi rời rạc trong hồn
những chân xa vắng dặm mòn lẻ loi

rơi rơi... dìu dịu rơi rơi
trăm muôn giọt nhẹ nối lời vu vơ
tương tư hướng lạc phương mờ
trở nghiêng gối mộng hững hờ nằm nghe
gió về lòng rộng không che
hơi may hiu hắt bốn bề tâm tư...

Cùng với Huy Cận, Trần Huyền Trân cũng có những nỗ lực làm mới lục bát. Trong khi Huy Cận làm mới bằng ý tưởng, bằng cảm xúc và ngôn ngữ, thì Trần Huyền Trân đã mơ hồ dẫn dắt lục bát đi những con đường mới mẻ khác để đem vào lục bát những nhạc điệu mới.

Nhịp đi mới này của lục bát làm cho những câu 6 và 8 không còn bị gò bó vào những cách dùng cũ của nó nữa. Lục bát có thể được dùng để diễn tả những điều khác hơn là tả tình và tả cảnh trước đây. Những đoạn đối thoại nhờ đó, đã có thể viết bằng lục bát. Việc diễn tả tình cảm, nhờ lối ngắt đó đã trở thành phong phú hơn.

Nhưng nỗ lực của họ Trần không được nối tiếp.

Những nhà thơ đồng thời khác như Nguyễn Bính, Bàng Bá Lân, Trần Trung Phương chỉ dùng lục bát để chuyên chở tâm tình vì sự gần gũi của lục bát với ca dao, và sự gần gũi của những nhà thơ này với ca dao đã đem lục bát về gần với họ. Sau thời gian này, lục bát lại đi ngủ trong ít nhất mười năm sau đó. Mãi đến cuối năm 1950, lục bát mới thức dậy trở lại với chúng ta:

Đây là lục bát Vũ Hoàng Chương:

Ta còn để lại gì không
kìa non đá lở, nọ sông cát bồi
ra đi từ độ luân hồi
u minh nẻo bước xa xôi dậm về
trông ra bến hoặc bờ mê
nghìn thu lửa chớp bốn bề một phương
ta van cát bụi bên đường
dù nhơ, dù sạch đừng vương gót này
cho ta tròn một kiếp say
cao xanh liền với một tay níu trời
đêm nào ta trở về ngôi
hồn thơ sẽ hết luân hồi thế gian...

Nhưng lục bát như thế vẫn còn hiền quá. Vẫn còn mẫu mực quá, từ ngôn ngữ đến ý tưởng. Lục bát Vũ Hoàng Chương, một số được gọi là nhị thập bát tú với bốn câu, vẫn còn thập niên

40 quá. Đinh Hùng, một nhà thơ rất gần gũi với họ Vũ, cũng làm một ít lục bát:

Hôm nay có phải là thu
mây năm xưa đã phiêu du trở về...

Lục bát Đinh Hùng cũng còn hiền quá. Ông và họ Vũ đành quay trở về với bảy chữ.

Và như thế, nỗ lực lục bát của Vũ Hoàng Chương và Đinh Hùng đều bị bỏ dở.

Lục bát chỉ thực sự sống trở lại, bứt đi từ những ảnh hưởng của lục bát Huy Cận hồi thập niên 60, khi người ta đọc được một số lục bát của Cung Trầm Tưởng:

*chiều đông tuyết lũng thâm u
bâng khuâng chiều tới tiếp thu trời buồn
nhớ ngày tầu cũng đi luôn
ga thôn trơ nỗi băng mòn héo hon
phương xa nhịp sắt bon bon
tàu như dưới tỉnh, núi còn vọng âm
sân ga mái dột âm thầm
máu đi có nhớ hồi tâm đêm nào
mình tôi với tuyết non cao
với cồn phố tịnh buốt vào xương da
với mây trên nhợt ánh tà*

với đèn xóm hạ cũng là tịch liêu
tôi về bước bước đăm chiêu
tâm tư khoác kín sợ chiều lạnh căm...

Cung Trầm Tưởng đi nốt đoạn đường mà
Huy Cận khởi đi trước đó. Nhưng ông đi tới tận
nơi hơn. Về ý tưởng và cách diễn tả. Như vậy đã
là mới về tư tưởng và chữ nghĩa.

Hay Viên Linh:

Em đi hồn tiếc thương nhiều
ngọn soan thưa lấp bóng chiều cuối sân
có hoài tuổi dại không em
trời thôi ráng đỏ thu phiền không gian
mắt em đầy mộng điêu tàn
yên nghe ván ấy suôi tràng giang xa
thôi cồn với cát bao la
ngựa đi bước nhỏ, mây là cửa ô...

Hay:

Nằm đây đá núi mưa bưng
muôn non khổ nhục những rừng ưu tư
phân vân một mái sương mù
gót son chân bạn nghìn thu nẻo nào
đi về thấy muộn âm hao
đêm nghe dưới vụng xe vào bến không

biển xa tháp dọi từng vùng

một tôi tâm thể vọng cùng tịch liêu.

Nhưng những nỗ lực của Viên Linh cũng như Cung Trầm Tưởng, đều chỉ muốn làm mới hình ảnh, tư tưởng, ngôn ngữ và cách diễn tả cảm xúc, bằng lục bát. Cố gắng làm mới lục bát về hình thức hầu như không thấy rõ lắm.

Sau Cung Trầm Tưởng và Viên Linh là Phạm Thiên Thư. Lục bát của Phạm Thiên Thư không mới về ý tưởng, cũng không mới về ngôn ngữ. Ông chỉ đem ngôn ngữ của đạo, của Thiền, của những trang kinh vào lục bát. Nhưng ít nhất, ông cũng làm người đọc quen với ngôn ngữ, hình ảnh và triết lý của Phật giáo để mở một con lộ cho nhiều người làm thơ khác.

Và Du Tử Lê.

Du Tử Lê làm thơ lục bát từ khi còn rất trẻ, từ những năm 11, 12 tuổi. Nhưng Du Tử Lê cũng lại là người ở lại lâu nhất với lục bát. Ở lại cho đến tận bây giờ, trong khi những người đồng thời với ông hầu như đã bỏ cuộc.

Paul Valéry, một nhà thơ Pháp có một định nghĩa về thi sĩ rất lý thú: Thi sĩ là một người bình thường, nhưng mỗi ngày vào buổi chiều, ông ta lại đem ngôn ngữ ra khủng bố.

Theo định nghĩa đó, Du Tử Lê là một thi sĩ đích thực. Từ cách sống, cách viết, tác phẩm và những nỗ lực của ông đối với thơ trong hơn 30 năm qua. Du Tử Lê đã làm công việc mà Paul Valéry nói: khủng bố ngôn ngữ. Ông đi tìm những ngôn ngữ mới cho thơ. Ông cho những chữ đã cũ những đời sống mới bằng sáng tạo của ông.

Cùng với những cách mạng ông đem đến cho ngôn ngữ, Du Tử Lê quay ra khủng bố thơ lục bát. Ông không thích sự hiền lành đó của nó. Ông muốn bẻ gẫy cái nhịp cũ của thể thơ này. Lục bát vào tay ông không còn hiền lành như ca dao nữa.

Ông tìm ra được những dụng cụ khủng bố. Đó là những cái dấu chấm và dấu phẩy mà ông lợi dụng chúng tối đa.

Qua bao nhiêu năm, lục bát vẫn không có bao nhiêu thay đổi. Trước Du Tử Lê, cách chấm câu và cách ngắt trong lục bát thời Kiều, và cho mãi tới thời của ông cũng vẫn còn rất giản dị. Nó có

thể là 2-2-2 của câu 6 và 2-2-2-2 của câu 8. Thí dụ
Lưu Trọng Lư:

Vầng trăng - từ độ - lên ngôi
năm năm - bến cũ - em ngồi - quay tơ

hay 2-2-2 và 4-4 như Bùi Giáng:

dạ thưa - phố Huế - bây giờ
vẫn còn núi Ngự - bên bờ sông Hương.

hay 2-4 của câu 6 và 2-4-2 của câu 8 cũng của
Bùi Giáng:

Hỏi tên - rằng biển xanh dâu
hỏi quê - rằng mộng ban đầu - đã xa

hay 3-3 của câu 6 và 4-4 của câu 8 với Nguyễn
Du:

Làn thu thủy - nét xuân sơn
hoa ghen thua thắm - liễu hờn kém xanh

Không hài lòng với những quẩn quanh đó,
Du Tử Lê đi tìm những cách diễn tả khác cho
lục bát bằng cách sử dụng những dấu chấm và
dấu phẩy để ngắt 2 câu 6 và 8 theo những nhịp
khác. Ông muốn thí nghiệm điều mà trong nhạc
gọi là nhịp chỏi, nhịp nghịch tai, không thuận
theo những âm luật thông thường đã cũ của lục
bát.

Ông quyết định lên đường bằng trò chơi của những dấu chấm, phẩy trong nỗ lực đổi thay nhịp đi của thể thơ này.

Thay vì nhịp đi cũ là 2-2-2 và 2-2-2-2, Du Tử Lê dẫn lục bát đi với một nhịp mới:

nằm nghe, chăn gối rơi. Cùng (2-3-1)
tháng năm bằn bặt. Phật còn ở không (4-4)
tôi nhìn, tôi rất chon von (2-4)
núi non âm bản. Rừng son vẽ. Buồn (4-3-1)
Ở một bài khác:
mai, tôi lìa bỏ, chốn này (1-3-2)
em ngoan ghế cũ. Lá đầy nhớ. Quên (4-3-1)
mai, tôi mối mọt, ưu phiền (1-3-2)
thương em phố chợ. Tay biền biệt xa (4-4)
Điều này đã được nhà phê bình Nguyễn Hưng Quốc, trong một bài nhận định về thơ, có viết rằng Du Tử Lê rất tự giác trong việc đổi mới thơ lục bát, đặc biệt ở khía cạnh nhạc điệu. Thơ ông có cách ngắt nhịp lạ. Ông đưa vào những cách ngắt nhịp mới chưa từng có trước ông. Nhận định về nỗ lực đổi mới nhịp lục bát, Nguyễn Hưng Quốc cho rằng đóng góp của Du Tử Lê không thể không công nhận được.

Trong bài cõi tôi:

cõi tôi, cõi nát, cõi tàn
cõi hoang mang, vội, cõi bàng hoàng, qua (3-1-
3-1)
cõi vui thân thể cỗi già
cõi lang thang mượn mái nhà hư, không (7-1)
cõi xa, cõi lạnh, cõi cùng
cõi con muốn bỏ, cõi chồng vợ, xa (4-3-1)
cõi em muốn dạt chân về
cõi đau nhân thế, cõi thề thốt, quên (4-3-1)
cõi nào, cõi thật? Tôi riêng?
cõi đêm máu chảy, cõi thương nhớ trùng
cõi tôi, cõi mịt, cõi mùng
thôi em có ghé xin đừng nghỉ lâu
cõi đời đó, có chi đâu!

Mới đây, Du Tử Lê lại từ bỏ những quy luật cũ của bản phối thanh thông thường cho thơ lục bát. Thông thường luật bằng trắc cho hai câu lục bát là:

BBTTBB - Ra đi từ độ luân hồi
BBTTBBTB - U minh nẻo bước xa xôi dặm về
BBTTBB - Trông ra bến hoặc bờ mê

BBTTBBTB - Nghìn thu lửa chớp bốn bề một phương

Với những bất luận ở Nhất, Tam, Ngũ (các tiếng thứ nhất, thứ ba, thứ năm.) Ông bỏ hẳn hai vần trắc ở chữ thứ ba, chữ thứ tư để trở thành:

BBBBBB

BBTTBBTB

Thí dụ những bài thơ mà người ta được đọc trên tờ Thế Kỷ 21 cách đây hai số. Trên tờ Văn số mới nhất, số tháng 10 năm 1992, người ta được đọc bài thơ này:

ngày tôi ngày tôi băng ngàn
trí khô hốc đá thân lành mũi dao
đèn khuya đèn khuya âm hao
ngón tay vọng cổ góc rào xàng xê
chiều lên chiều lên tù mù
vàng tâm cổ thụ lá khu trục cành
lon bia lon bia chia buồn
nhớ, quên, một lũ chết bầm tương tranh
con sông con sông lâm bồn
chim bay rừng thất thân cùng hoang vu
đêm lui đêm lui chân về
sầu lên cao ốc xe chờ "pạc kinh."

Người đọc thấy gì ở những câu lục bát này?

Vần trắc bị đẩy hẳn ra ngoài phạm vi của câu 6.

Làm vậy để làm gì?

Tất cả những tiếng trong câu 6 đều là vần bằng.Xúc động không còn nữa.Chỉ còn nỗi mệt mỏi, rã rời. Chỉ còn sự nhàm chán của những âm không dấu hoặc dấu huyền để đi xuống cuối câu. Tình cảm mất hết sự sôi động ở trong, nỗi chán trường được đưa xuống tận đáy sâu thấp nhất.

Nỗ lực cách tân về âm luật lục bát tình cờ đem lại cho tác giả một cách diễn tả tình cảm rất mới. Hay chuyến đi tìm một cách diễn đạt tình cảm mới đã đưa tới cách tân về âm luật?

Câu trả lời như thế nào không quan trọng ở đây nữa. Đáng kể là khám phá mới của ông.

Nghệ sĩ phải luôn luôn làm mới con người của mình, làm mới nghệ thuật của mình. Du Tử Lê đã làm công việc đó.

Khi đưa những đổi thay mới vào thơ, Du Tử Lê đã đem vào lục bát một thái độ mới cho người đọc. Thái độ mới này người ta không thấy ở lục bát trước kia. Ba, bốn thế hệ trước chúng ta, các tiền bối của chúng ta đã thưởng thức Kiều, đã nghe Kiều, đã đọc Kiều. Nhưng người ta không đến với Kiều theo cùng một cách với chúng ta. Lục bát của Kiều không tạo những thắc mắc như thơ của Du Tử Lê đã tạo ra nơi chúng ta. Người nghe Kiều không bao giờ ngừng lại, hỏi người đọc dấu phẩy họ Nguyễn đặt ở đâu? Có cái dấu than ở cuối câu 6 không? Có dấu hỏi ở cuối câu 8 không? Không, chúng ta không có những thắc mắc đó. Nhưng thơ của Du Tử Lê thì có. Thơ của ông không chỉ để nghe. Mà còn phải để nhìn nữa. Nhìn thơ ông và vị trí của những cái dấu phẩy ông đặt, ý tưởng sẽ khác hẳn khi không trông thấy những cái dấu đó:

đường trên cao. Dốc dưới đèo
lá ôm vai, tội. Cây treo giữa trời.
em về con mắt theo đuôi
Hai mươi năm trước ai ngồi ở đây?
soi bàn tay. Soi bàn tay.
thấy gân không máu. Thấy mây vừa tầm.
ngó bàn chân. Ngó bàn chân.
ngón ta thương nhất có còn sơn xanh?

ngày hỏa tinh. Đêm thổ tinh.
chỉ riêng trái đất xoay quanh khối tình.
Ngày thắt cổ! Đêm thụ hình!
này em: nắng gió thành kinh tụng, chàng.
năm hai ngàn. Năm hai ngàn
tình yêu ta cũng võ, vàng: thôi nôi
mắt, em xưa xấp, ngửa mời
vi vu rừng: tóc. Lửa mỗi âm, dương
trong nhau còn núi sông không?

Những dấu chấm, những dấu phẩy, dấu hai chấm, dấu hỏi tìm được 19 lần trong 17 câu lục bát cho thấy cố ý của Du Tử Lê. Không có 19 lần chấm, phẩy đó, những dòng thơ của ông chắc chắn sẽ được hiểu rất khác.

ngó bàn chân. Ngó bàn chân.
ngón ta thương nhất có còn sơn xanh?

Nhắc lại. Hối thúc. Vội vàng. Năn nỉ. Khẩn trương. Tuyệt vọng. Hối hả. Đau xót. Van lơn. Không có dấu chấm, ta không thấy những điều vừa kể.

Ngoài Du Tử Lê với những cố gắng làm mới lục bát như vừa nêu ở trên, ở hải ngoại còn thấy Thi Vũ cũng làm công việc đó.

Nhưng Du Tử Lê vẫn là người ở lâu nhất, gần gũi nhất và có những đóng góp lớn nhất với lục bát. Công của ông thật lớn.

Sau Du Tử Lê, lục bát không còn giống như lục bát trước kia nữa.

Bùi Bảo Trúc
(Thế Kỷ 21, số 44, tháng 12-1993.)

Lục Bát **Du Tử Lê** Từ Cội Nguồn Ca Dao

Trần Thu Miên

Hồi ức (memory) đóng một vai trò quan trọng cho khả năng tư duy của con người. Nhưng vai trò của hồi ức cực kỳ quan trọng, cách riêng, cho tư duy thi ca và nghệ thuật vì hồi ức giúp phát triển khả năng nhận thức. Và nhận thức cần thiết cho sáng tạo (Bloom, 2004). Như vậy việc sáng tạo thi ca hay nghệ thuật được phôi thai từ hồi ức của nhà thơ hay nghệ sĩ sáng tác. Hồi ức thi ca và nghệ thuật bao gồm những gì ta nghe, học, chứng kiến, cảm nhận hương vị, màu sắc, và cả những kinh nghiệm thống khoái, bi đát, hay sợ hãi trong quá khứ và hiện tại. Trong bài thi luận này, tác giả sẽ bàn về chủ đề thơ Lục Bát Của Du Tử Lê phát xuất từ cội nguồn ca dao và vài nhận xét về nghệ thuật thi ca trong tuyển tập lục bát của Du Tử Lê.

Hồi Ức Ca Dao Trong Tâm Thức Sáng Tạo Thi Ca Việt Nam.

Không có hồi ức có nghĩa là không có sáng tạo. Nhạc sĩ không thể viết ra được những nốt nhạc tạo thành giai điệu nếu cô ta hay anh ta không có chút vốn liếng gì về âm nhạc. Cái vốn liếng âm nhạc còn sót đọng lại trong hồi ức giúp nhạc sĩ soạn ca khúc hay sáng tác một hợp tấu. Nhà thơ Việt Nam khi sáng tạo thi ca bằng thể thơ lục bát thì cũng cần phải có một hồi ức ca dao; vì ca dao chính là cội nguồn tinh ròng của thi ca Việt Nam nguyên thủy. Mỗi ngôn ngữ đều có một thể thơ riêng biệt như Haiku của Nhật, Sonnet của Anh, Rondeau của Pháp, và, Lục Bát của Việt Nam. Theo học giả Huỳnh Sanh Thông (Huỳnh, 1979), một bài thơ lục bát chỉ cần hai dòng, một sáu một tám, là trọn vẹn như hai câu quen thuộc sau:

Yêu nhau cởi áo cho nhau
Về nhà mẹ hỏi qua cầu gió bay

Chỉ với 14 chữ, hai câu thơ sáu tám này hội đủ các điều kiện của một bài thơ. Tác giả dùng chữ thật cô đọng và chứa đầy ẩn dụ, gợi hình, và gợi cảm. Đọc xong bài thơ 14 chữ này ta nhận ra ngay trong trí tưởng tượng về một cuộc hẹn hò của đôi tình nhân mới lớn, có thề hứa, có vụng về, vội vàng, lén lút, và nói dối.

Mời bạn đọc thêm bài thơ lục bát nữa:

Tiếc thay cây quế giữa rừng
Để cho thằng Mán thằng mường nó leo

Đây cũng là một bài thơ tuyệt vời có sự mỉa mai qua ẩn dụ rất tinh vi và ý tưởng trọn vẹn. Tác giả bài ca dao này không dùng cây khế, cây chanh, cây soài, hay cây ổi quanh vườn để nói về Công Chúa Huyền Trân, nhưng lại dùng Cây Quế, một loại cây khó tìm trong rừng sâu (?) Ý nói người nữ này thuộc dòng vua chúa chứ không phải dân giả. Còn hoàng gia Chiêm Thành được coi như bọn man rợ thấp hèn.

Việc thi hào Nguyễn Du dùng thể thơ ca dao lục bát để phóng tác truyện Kiều có ít nhất hai dụng ý: chính thức định giá văn chương của Ca Dao, và tiếp tục tiến trình ly khai và chống lại ảnh hưởng truyền thống cố cựu của văn hóa Trung Hoa, nhất là văn học Trung Hoa. Theo học giả Woodside (1983), quốc luật ban hành từ thời Lê (1663), rồi được tái ban hành năm 1760, 5 năm trước khi Nguyễn Du chào đời, cấm in ấn phát hành các loại thơ phú ca trù không phải là dòng thơ chính thống theo khuôn mẫu Nho học. Vậy mà Truyện Kiều đã được phát hành lén lút và được đón nhận rộng rãi dù giới quan lại khoa bảng thời ấy coi là tác phẩm nhảm nhí, thiếu đạo đức. Việc Truyện Kiều được đón nhận nhiệt tình dù bị cấm đoán hay coi thường đủ chứng minh rằng dòng thơ lục bát ca dao có sức đánh động tâm thức văn hóa Việt Nam vì nó chính là món ăn thuần túy hợp khẩu nghệ thuật thi ca dân tộc. Ta có thể khẳng định, ca dao có trước Truyện Kiều dựa trên những bài ca dao liên quan đến những sự cố lịch sử như truyện công Chúa Huyền Trân. Và từ khi Nguyễn Du nâng thể thơ lục bát ca dao lên hàng thi ca văn học Việt Nam, các nhà thơ Việt Nam bắt đầu công khai sáng tác theo thể thơ lục bát. Như vậy, thơ Lục Bát Du Tử Lê có cội nguồn từ ca dao.

Lục Bát Du Tử Lê

Bàn về sơ qua về ca dao và Nguyễn Du để làm sáng lên Lục Bát Du Tử Lê. Gần đây, trong một tiệc rượu văn nghệ, bạn tôi, Nhất Chi Vũ, đã nhận xét rằng "Ta có thể ví lục bát (truyện Kiều của Nguyễn Du) là một khối vàng ròng, còn lục bát Du Tử Lê nhà những nữ trang được sáng tạo ra từ khối vàng này", Việc bạn tôi dùng hai ẩn dụ vàng và nữ trang để so sánh Nguyễn Du và Du Tử Lê thoạt nghe hơi chướng, nhưng cũng có lý. Chính vì dòng thơ Lục Bát Ca Dao và Truyện Kiều là mỏ vàng hay đá quí thi ca Việt Nam và những nhà thơ, sau Nguyễn Du, sáng tạo ra được những vần lục bát đẹp thì cũng được coi như là những đồ trang sức được thiết kế hay gọt khắc từ vàng hay đá quí Ca Dao. Tại sao thơ Du Tử Lê từ lục bát đến các thể thơ khác đã được soạn thành ca khúc hay? Thưa vì dòng thơ Du Tử Lê mang nhạc tính ca dao. Nhạc tính ca dao dễ đi vào thính giác Việt Nam vì ngọt ngào quen thuộc.

Ngôn ngữ thi ca là ngôn ngữ bóng bảy, văn hoa, văn vẻ, gợi hình, và gợi cảm (Figurative language). Thơ là tinh hoa của ngôn ngữ. Nói theo ý của thi hào Heaney thì thơ chính là kết tụ tinh ròng của ngôn ngữ cũng như thủy tinh được kết tụ bằng sự hóa giải của các hóa chất. Và nghệ thuật thi ca phải có những đặc tính như không bị câu nệ ràng buộc, không nô lệ bởi giáo điều, không làm theo chỉ thị của đảng phái hay quyền lực, nhưng phải là hành động bộc phát từ cảm hứng (Heaney, 1988). Cũng theo Heaney, ngôn ngữ của thi ca bao gồm cả ảo mộng và hình ảnh (Heaney, 1995). Theo học giả Saunders (2006) thuộc viện giáo dục, đại học London thì thơ có những đặc tính như: thơ không phải là tranh luận, nhưng chỉ là sự diễn bày hay được diễn bày; thơ cống hiến tri thức hay sự nhận thức sâu sa nên thơ không phải là những định luật; thơ làm mới ngôn ngữ và hình ảnh; thơ phải có khả năng kích thích hồi ức, làm phong phú vô thức để độc giả có thể liên hệ được với những gì thâm sâu hay hào sáng của điều thi nhân diễn tả, và thơ là món quà thi sĩ ban tặng cho đời từ sự gạn lọc của ngôn ngữ. Nếu bạn đọc đồng tình với quan niệm về thơ như vừa trình bày, bạn sẽ bắt gặp ngay những điều này trong tuyển tập Lục Bát Du Tử Lê. Nếu thơ là tinh hoa gạn lọc qua việc đổi mới ngôn ngữ từ hình thức đến nội dung, độc giả sẽ công nhận rằng Du Tử Lê đã và đang làm việc này trong sáng tạo thi ca của ông.

Đổi Mới Hình Thức Trong Lục Bát Du Tử Lê.

Trong bài giới thiệu của nhà xuất bản, độc giả đã đọc qua vài nhận xét của các nhà lý luận văn học: Nguyễn Hưng Quốc và Bùi Bảo Trúc, và của nhà thơ danh tiếng Trần Dạ Từ về những sáng tạo hình thức và cấu trúc thơ Lục bát của Du Tử Lê. Tuy nhiên, tác giả bài thi luận này cũng mạn phép nêu lên vài nhận xét phụ kèm vào những nhận xét của các tác giả khác đã bàn về thi ca Du Tử Lê. Vì giới hạn hình thức và số chữ cố định của thể thơ lục bát nên việc đổi mới lục bát là việc khó làm. Nhưng, Du Tử Lê đã có được những dòng lục bát mới từ hình thức đến nội dung.

Có lẽ bài thơ đầu tiên (dựa theo sự xếp đặt các bài thơ trong tuyển tập này của tác giả) là bài "Trầm Ca Tháng Giêng" có hai câu trích dẫn sau:

Xin em đôi cánh tay mềm
Một bên nắng...dắt, một bên mưa...dìu.
(Trầm ca tháng Giêng, 1962)

Trong bài thơ trên, Du Tử Lê dùng 3 chấm hai lần trong một câu thơ để gây ấn tượng về sự níu kéo hay cảm giác kéo dài của hai hiện tượng nắng và mưa. Dù là hai hình ảnh đối chọi nhau nhưng lại có công hiệu diễn tả ý của lời thơ. Đến bài thơ sau đây thì Du Tử Lê bước thêm một bước dài hơn về việc làm mới thơ lục bát.

người về quên trả cho tôi
áo phơi dây lạnh, còn hơi hướm, nồng
người về, phải thế hay không?
(Tưởng tượng Tôi)

Bài thơ "Tưởng Tượng Tôi" không thấy đề thời điểm sáng tác, nhưng sự đổi mới của bài này là câu kết của bài thơ. Tác giả bỏ lửng câu thơ sáu chữ có lẽ để nhấn mạnh điều thắc mắc chưa có trả lời hay không muốn biết sự thật về điều mình muốn biết. Qua việc chấm dứt bài thơ lục bát bằng câu sáu chữ, Du Tử Lê đã tạo nên một cấu trúc mới và bài thơ được "gói" hay "lồng" vào hai câu sáu chữ mở đầu và kết thúc. Về mặt tạo ấn tượng, khi bài lục bát kết bằng câu sáu chữ gây ra cho độc giả cảm giác hụt hẫng, băn khoăn, và bỡ ngỡ. Chính vì thế độc giả phải tiếp tục tự tìm ý của tác giả vì bài thơ không cho độc giả cảm giác thỏa mãn hay nói cách khác, bài thơ không có kết luận. Nói theo nhạc Jazz thì Du Tử Lê đã để cho độc giả được ngẫu hứng (improvise) tiếp tục tự tìm một câu tám chữ để làm đầy bài lục bát.

Từ việc sử dụng các dấu chấm trong câu thơ để gây ấn tượng hay tạo cảm giác, Du Tử Lê bắt đầu nhấn mạnh thêm về việc đổi mới thơ lục bát bằng cách dùng dấu chấm, dấu phảy, và dấu gạch ngang (--) hay dấu phất tới (/) để tạo ra nhịp điệu và tăng sức mạnh thêm cho lời và ý thơ. Bài thơ sau đây không biết có phải là bài lục bát đầu tiên mà Du Tử Lê đã dùng thuật phạm (văn phạm nghệ thuật) bằng cách chia ngắt các chữ, và câu trong thơ lục bát như sau đây:

về thôi ngày đã đủ rồi

nỗi – đau – xé – sợi miệng cười – ráo – khô

(Thơ ở cửa Thuận An)

Những gạch ngang chia và nối các chữ trong câu thơ tám chữ trên vừa có tác dụng nhấn mạnh từng trạng thái tình cảm và sự liên hệ của những trạng thái tâm hồn liên quan đến một sự cố, thái độ, hay tình trạng tâm linh. Từ thế kỷ 19, Emily Dickinson (1830-1886), nữ thi hào Hoa Kỳ cũng sử dụng các dấu chia câu của văn phạm, nhất là gạch ngang để tạo thêm ấn tượng và sức mạnh cho lời và ý thơ của bà (xem Bloom, 2004). Du Tử Lê dùng dấu phất tới (/), có lẽ, để chia nhịp điệu nhiều hơn là nhấn mạnh lời hay ý thơ.Thí dụ bài:

hàng cây, hàng cây, phương tây /.

gió: khô góc trái; ngực: lấy dấu đinh /.

nàng về, nàng về, vai thuôn

vòm tâm ấn tượng trí cường điệu, khoan /.

lìa nhau, lìa nhau, căm căm

đèo sưng sữa, muộn ; lũng lấm lửa, môi /.
trầm ta, trầm ta, thai đôi /.
xẻ banh da thịt : hiện ngôi giáo đường
(Phác họa Hoa Thịnh Đốn)

Đọc âm của bài thơ này theo các dấu chấm, phẩy, chấm than, hai chấm, hay dấu phất tới, ta có cảm giác như đang nghe một dòng nhạc Jazz với lời ca và tiếng nhạc lúc như nói chuyện, lúc như rỉ rê, và lúc như thôi thúc giục giã. Việc sử dụng dấu phất tới (/) ít khi được dùng trong thơ Anh Ngữ của Hoa Kỳ. Người ta chỉ dùng dấu phất tới để phân chia hai câu thơ khi trích dẫn trong bài viết hay dùng ở tựa đề bài thơ như một số bài thơ của nữ thi sĩ Kathleen Frazer (xem Down, 1984, tr. 77).

Việc Sử Dụng Thuật Ngữ Thi Ca Trong Thơ Du Tử Lê.

Giáo sư văn chương và học giả Harold Bloom gợi ý rằng thi sĩ thường dùng các phương pháp thuật ngữ (tropes) như: nghịch dụ (irony), biểu dụ (synecdoche), ám dụ, thế dụ hay hoán dụ (metonymy), và ẩn dụ (metaphor) để diễn tả ý thơ (Bloom, 2004). Trong bốn loại thuật ngữ thi ca này, có lẽ việc dùng ẩn dụ (metaphor) được thấy nhiều trong lục bát Du Tử Lê. Thường thì các ẩn dụ Du Tử Lê dùng mang tính gợi ý và gợi hình rất mạnh. Thí dụ trong câu thơ sau đây:

khi về hồn lụn bấc khêu
những chân cỏ sớm vàng rêu áo người
(Trong trí tưởng Huế)

Tác giả dùng bấc đèn đầu để diễn tả tình trạng trầm cảm cao độ. Nếu bấc đèn đã lụn thì coi như đèn đã tắt hay cũng khó lòng *"khêu"* lên mà đốt nữa. Đấy chính là tình trạng tâm thần của người gần như tuyệt vọng khi trở lại tìm một điều gì hay hình ảnh gì của dĩ vãng nhưng dường như không còn nữa. Dù câu *"Những chân cỏ sớm vàng rêu áo người"* khó giải thích được nhưng các chữ và nhạc điệu của câu thơ cũng đủ làm người đọc hay nghe cảm được sự mất mát rất hoang đường. Ẩn dụ *"chân cỏ vàng"* gợi ngay trong trí người đọc một sự tàn phai vội vã. Trong bài *Đêm, Nhớ Trăng Sài Gòn*, Du Tử Lê đã dùng các ẩn dụ: *"vết xe lăn"*, *"trăng viễn xứ"*, và *"hồn thanh niên vàng"* một cách rất tài tình trong hai câu lục bát sau:

đêm về theo vết xe lăn
tôi trăng viễn xứ hồn thanh niên vàng
(Đêm, nhớ trăng Sài Gòn)

Về ẩn dụ *"vết xe lăn"* ta có thể hiểu được tâm trạng tẻ nhạt của người chứng kiến sự luân chuyển của thời gian cố định như ngày và đêm hay như những vòng quay bánh xe. Và *"trăng viễn xứ"* có thể được hiểu là sự lẻ loi cô độc của người ly hương. Tuy nhiên ẩn dụ *"hồn thanh niên vàng"* đưa ra hình ảnh đối chọi giữa trẻ và già, xanh tươi và tàn úa để diễn tả sự chán chường cùng cực hay tình trạng trầm cảm bệnh hoạn của người bỗng thấy mình rơi vào hố thẳm cô đơn và chia ly.

Trong tuyển tập Lục Bát này, Ngựa là một ẩn dụ được nhắc nhiều lần. Tác giả bài luận văn này có hỏi Du Tử Lê tại sao ông nhắc về ngựa nhiều lần trong thơ và được hồi đáp như sau:

"Đó (ngựa) là 1 hình ảnh đẹp. Ngựa có nhiều trong hội họa đông-tây lắm. Có thể vì anh tuổi ngựa, nó vào vô thức của anh, mà anh không biết..." Câu hỏi tại sao thi sĩ dùng ẩn dụ này thay vì ẩn dụ khác là câu hỏi không bao

giờ có câu trả lời thỏa đáng vì có lẽ các ẩn dụ
đã bộc xuất trong tác phẩm rất tự nhiên từ hồi
ức thi ca sẵn có trong vô thức. Nhưng hình ảnh
ngựa trong Lục Bát Du Tử Lê dường như là biểu
tượng của cô độc (một mình một ngựa), sự gì đã
mất mát, hay đã qua đi như:

Ngựa về buồn bã bao đêm
giây cương đã dứt ưu phiền chưa khuây
(Ngựa ca, 1963)

Đấy em ! Ngựa đã tan đàn
chúng ta càng lớn khôn càng chia xa
(Đoản khúc ngựa hoang, 1964)

Kết luận

Lục bát ca dao là hồn thơ Việt Nam. Thi sĩ
sáng tác thơ bằng tiếng Việt phải có khả năng
sáng tác thơ lục bát cũng như họa sĩ cần có khả
năng căn bản về vẽ truyền hình hay phác họa
chân dung của sự vật và con người. Tôi mượn
lời học giả Phạm Quỳnh nói "Chuyện Kiều còn,
tiếng Việt còn," để thưa rằng "Lục bát còn, thi

ca Việt còn." Nguyễn Du, Qua Truyện Kiều, đã
công khai bày tỏ thái độ chống lại sự đô hộ văn
hóa của Tàu và nâng Lục Bát Ca Dao lên hàng
thi ca chính thống của dân tộc. Gần hai thế kỷ,
tính từ năm Nguyễn Du Qua đời đến nay, nhiều
nhà thơ Việt Nam đã cố gắng cách tân thơ Lục
Bát. Nhưng, có lẽ Du Tử Lê là nhà thơ đã thổi
được vào dòng thơ lục bát một luồng gió mới
với những sáng tạo giá trị từ hình thức đến
việc sử dụng thuật ngữ thi ca. Thật vậy, một
số nhà lý luận văn học Việt Nam đã công nhận
sự thành công của ông trong việc làm mới thơ
Lục Bát. Tuyển tập Lục Bát Du Tử Lê này là một
đóng góp giá trị và quan trọng cho việc bảo tồn
và thăng hoa dòng thi ca tinh ròng nguyên thủy
Việt Nam.

Trần Thu Miên,
(Boston, Jan. 2015)

Tài Liệu Tham Khảo

Down, Philip (1984). 19 New American Poets of the Golden Gate. San Diego, CA: Harcourt Brace Jovanovich, Publishers.

Wodside, Alexander B (1983). The historical background, in trong *Nguyễn Du: The Tale of Kiều* (tr. xi-xviii). New Haven, CN and London, UK: Yale University Press.

Huỳnh, Sanh Thông (1983). Introduction, in in trong Nguyễn Du: The Tale of Kiều (tr. xix-xl). New Haven, CN and London, UK: Yale University Press.

Saunders, Lesly (2006). Something made in language: The poet's gift? Management Decision, (Bộ/Vol) 44, (tr.) 504-501.

Bloom, Harold (2004). The best poems of the English language: From Chacer through Frost. New York, NY: Harper Collins Publisher.

Heaney, Seamus (1995). The redress of poetry, Oxford Lectures London: Farber.

Heaney, Seamus (1988). The government of the tongue. The 1986 T.S. Eliot Lectures and Other Cristal Writings. London: Farber.

Nhà Xuất Bản SỐNG
hân hạnh giới thiệu:

Nhà Xuất Bản SỐNG
hân hạnh giới thiệu:

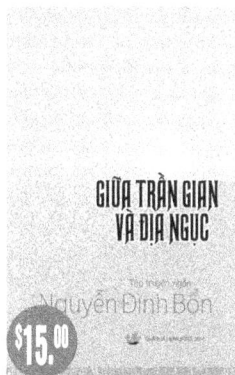

nguyễn thị hậu

truyện
100
chữ

$12.⁰⁰

GIỮA TRẦN GIAN
VÀ ĐỊA NGỤC

Thủ thiện: biên
Nguyễn Đình Bốn

$15.⁰⁰

nguyễn đình bốn

KIỀU

Nhà Xuất Bản SỐNG

$14.⁰⁰

TRĂM NGƯỜI QUA BƯỚC

thơ
lê giang trà

$12.⁰⁰

NGUYỄN THỊ KHÁNH MINH

KÝ ỨC CỦA BÓNG

THƠ

Nhà Xuất Bản SỐNG   2015

$18.⁰⁰

NGUYỄN LƯƠNG VY

NĂM CHỮ
NGÀN CÂU

Nhà Xuất Bản SỐNG

$18.⁰⁰

nguyễn thị khánh minh

bóng bay
gió ơi

Tản Văn

Nhà Xuất Bản SỐNG   2015

$18.⁰⁰

thơ

DU TỬ LÊ
lục bát
yêu thương

$18.⁰⁰

PHẠM THU DUNG

Việt Nam Yêu Dấu

2015
Nhà Xuất Bản SỐNG

$20.⁰⁰

www.ingramcontent.com/pod-product-compliance
Lightning Source LLC
Chambersburg PA
CBHW020155090426
42734CB00008B/827